கோலஸ்ட்ரால்

குறைப்பது எப்படி?

கொலஸ்ட்ரால்

குறைப்பது எப்படி?

டாக்டர் சு. முத்து செல்லக் குமார்

நலம்

கொலஸ்ட்ரால் குறைப்பது எப்படி?
Cholesterol Kuraippathu Eppadi?
Dr. Muthu Chella Kumar ©

First Edition: October 2008
128 Pages
Printed in India.

ISBN:978-81-8368-974-8
Title No. Nalam 062

Nalam Veliyeedu
177/103, First Floor,
Ambal's Building, Lloyds Road,
Royapettah, Chennai 600 014.
Ph: +91-44-4200-9603

Email : support@nhm.in
Website : www.nhm.in

Author's Email : rukkumar@yahoo.com
Website : www.rmic.in

Nalam Veliyeedu is an imprint of New Horizon Media Private Limited

'உணவில் கட்டுப்பாடாக இருங்கள்;
உடற்பயிற்சி செய்யுங்கள்'.

- கொலஸ்ட்ராலைக் கட்டுப்படுத்த
  இவை இரண்டும்தான் தாரக மந்திரங்கள்.

உள்ளே

முன்னுரை

வணக்கம்.

வயதானவர்களில் பெரும்பாலானவர்கள், தங்கள் வாழ்க்கை யில் ஒருமுறையாவது 'உனக்குக் கொழுப்பு அதிகம்' என்று யாரையாவது பார்த்துச் சொல்லியிருப்பார்கள்.

சம்பந்தப்பட்ட நபருடைய திமிர், ஆணவம், அகங்காரம் ஆகியவற்றைக் குறிப்பிட்டுத்தான் அவர்கள் அப்படிச் சொல்லியிருப்பார்கள். ஆனால், இதைக் கொழுப்போடு யார் ஒன்றுபடுத்தினார்கள் என்று தெரியவில்லை. உடலில் கொழுப்பு அதிகம் சேர்ந்தால் திமிர் அதிகமாகிவிடும் என்று அவர்கள் நினைத்ததுதான் காரணமாக இருக்க வேண்டும். ஆனால், உண்மையில் கொழுப்பு என்பது உணவோடு, உடலோடு மட்டுமல்ல, உயிரோடும் தொடர்புடையது.

'கொழுப்புச்' சத்து பல விலங்கு உணவுகளிலும், தாவர உணவுகளிலும் உள்ளது. நாம் அவற்றைத் தினமும் சாப்பிட்டுத்தான் வாழ்ந்து வருகிறோம். நமது உடலில் பல்வேறு பணிகள் நடைபெறுவதற்குக் கொழுப்பு தேவைப் படுகிறது. அதேசமயம், உடலில் 'கொழுப்பு' அதிக மானாலும், உடல்பருமன், ரத்தத்தில் கொலஸ்ட்ரால்

மிகுதல், அவற்றால் ஏற்படும் பாதிப்புகள் என பலவகையான பிரச்னைகள் எழுகின்றன.

'கொலஸ்ட்ரால்' என்பது கொழுப்பின் ஓர் உருவம். ஒரு வடிவம். ஒரு நிலை. இது ரத்தத்திலும், உடலின் பிற உறுப்பு களிலும் உள்ளது. இது பெரும்பாலும் ரத்தத்தில் காணப் படும். இந்தக் கொலஸ்ரட்ராலிலும் பல வகைகள் இருக் கின்றன. இவை முறையாக எவ்வளவு இருக்க வேண்டுமோ அந்த அளவுதான் இருக்க வேண்டும். குறைந்தாலும், அதிகரித்தாலும் பிரச்னைதான்.

ரத்தத்தில் உள்ள கொலஸ்ட்ரால் வகைகள் ஒவ்வொன்றும் நமது உடலில் ஒவ்வொரு வேலையைச் செய்கின்றன. ரத்தத்தில் கொலஸ்ட்ரால் கூடுவதும், குறைவதும், உடலில் ஏற்படும் பல்வேறு பிரச்னைகளைப் பொறுத்தது. மேலும், நாம் சாப்பிடும் உணவில் உள்ள கொழுப்பைப் பொறுத்தது. இத்துடன் உடற்பயிற்சி, மது அருந்துதல், புகைப் பிடித்தல் போன்ற வேறு பல முக்கியக் காரணங்களும் 'ரத்தக் கொலஸ்ட்ரால்' அளவை மாற்றும் காரணிகளாக இருக் கின்றன. சிலருக்கு, பரம்பரைக் காரணங்களால் ரத்தத்தில் கொலஸ்ட்ரால் அதிகரித்துவிடலாம் (குறைந்த அளவே கொழுப்பு உணவுகளை சாப்பிட்டபோதும்) அல்லது கொலஸ்ட்ராலின் அளவு குறைந்துவிடலாம்.

கொலஸ்ட்ராலின் பல்வேறு வகைகளும் நம் உடலில் பல்வேறு வேலைகளைச் செய்தபோதும், பெரும்பாலான கொலஸ்ட்ரால் வகைகள் (ஹெச்டிஎல் வகையைத் தவிர்த்து) அதிகரிக்கும்போது அதனால் உடலுக்குத் தீங்கு நேர்கிறது. குறிப்பாக, எல்டிஎல் கொலஸ்ட்ரால் அதிகரிக்கும்போது, அது ரத்தக் குழாயின் உள்பக்கம் தங்கி, ரத்தச் செல்களுடன் சேர்ந்து, மெல்லிய தசைச் செல்களைத் தூண்டி, 'கொலஸ்ட்ரால்' படிவை ஏற்படுத்திவிடுகிறது. இதன்காரண மாக, ரத்தக் குழாய்கள் சுருங்கி, ரத்த ஓட்டம் தடைபடும் அல்லது அடைபடும். இதனால், உடல் உறுப்புகள் பாதிக்கப் படும். உதாரணத்துக்கு, இதய ரத்தக் குழாய் அடைபட்டால், அது 'மாரடைப்பில்' முடிந்துவிடும். மூளைக்கான ரத்தக் குழாய் அடைபட்டால், அது பக்கவாதத்தை ஏற்படுத்தி விடும்.

எனவேதான் கொழுப்பு என்பது உணவோடும், உடலோடும் மட்டுமல்ல உயிரோடும் சம்பந்தப்பட்டிருக்கிறது என்று சொன்னேன். எந்தக் காரணத்தால் ரத்தத்தில் கொலஸ்ட்ரால் அதிகரித்தாலும் அதை இன்றைய நவீன மருத்துவ முறைப்படி கட்டுப்படுத்த முடியும். இதன்காரணமாக, 'மாரடைப்பு' போன்ற பெரிய பாதிப்பில் இருந்து தப்பிக்க முடியும். ஆயுளை நீட்டிக்கச் செய்ய முடியும்.

இன்றைய தினம், நீரிழிவு, ரத்த அழுத்தத்துக்கு அடுத்த படியாக 'கொலஸ்ட்ரால்' குறித்தும் முழுமையாகத் தெரிந்து கொள்ள வேண்டும். அவ்வப்போது பரிசோதனை செய்து கொள்ள வேண்டும். அதன் பிறகு, உணவு, உடற்பயிற்சி, மருத்துவம் என பல்வேறு முறையின் மூலமாக ரத்தக் கொலஸ்ட்ராலைக் கட்டுப்படுத்தி உயிரைக் காப்பாற்ற முடியும். அதேநேரம், அதிக மது, அதிகமான கொழுப்பு உள்ள உணவுகள், புகைப் பிடித்தல் போன்றவற்றைத் தவிர்க்கவும் வேண்டும்.

எப்படி என்பதைத்தான் இந்தப் புத்தகத்தில் விரிவாகவும், எளிமையாகவும் சொல்லியிருக்கிறேன். படித்துப் பயன் பெறுங்கள்.

என்றும் அன்புடன்,

டாக்டர் எம். முத்து செல்லக் குமார்
ருக்மணி மருத்துவத் தகவல் மையம்,
எண் : 111, எஸ்.வி.எஸ். நகர்,
வளசரவாக்கம்,
சென்னை - 92.
தொலைபேசி : 044-42014452. செல் : 97910 72894

1

கொழுப்பு என்றால் என்ன?

'கொழுப்பு (Fat or Lipids); கொலஸ்ட்ரால் (Cholesterol)' - சமீப காலமாக இந்த வார்த்தை களைக் கேட்டாலே பேய், பிசாசு ரேஞ்சுக்கு மக்கள் பயப்பட ஆரம்பித்திருக்கிறார்கள். 'இது கொழுப்பு நீக்கப்பட்ட பாலா? இது கொலஸ்ட்ரால் இல்லாத எண்ணெய்யா' என்றெல்லாம் சிபிஐபோல் துருவித் துருவி கேட்கத் தொடங்கியிருக்கிறார்கள். 'ஓவர் கொழுப்பு உடம்புக்கு ஆகாது' என்கிற வாசகம் விளையாட்டாகச் சொல்லப்பட்ட காலம் போய், மக்களால் இன்றைக்கு தீவிரமாகவும் பின்பற்றப் படுகிறது.

ஆரோக்கியம் தொடர்பான இந்த விழிப்புணர்வு நல்லதுதான். ஆனால், ஊடகங்களும் விளம்பரங் களும் இணைந்து செய்த இந்த நல்ல காரியத்தில் ஒரே ஒரு தவறு நிகழ்ந்துவிட்டது. எல்லோரும் சேர்ந்து கொழுப்பை அதி பயங்கர வில்லனாக்கி விட்டார்கள்.

உண்மையில், கொழுப்பு என்பது எம்.ஜி.ஆரா? (ஹீரோ) அல்லது எம்.என். நம்பியாரா? (வில்லன்)

உணவுத் திட்ட வல்லுநரிடம் இந்தக் கேள்வியைக் கேட்டால் அவர் சொல்கிற பதில் என்னவாக இருக்கும் தெரியுமா?

'கொழுப்பு நல்லது'.

கொஞ்சம் அதிர்ச்சிகரமான பதில்தான். ஆனால், இதன் பின்னணியில் அறிவியல் அடிப்படையிலான உண்மைகள் பல இருக்கின்றன.

கொழுப்பு என்பது நாம் உட்கொள்ளும் உணவில் உள்ள ஒரு முக்கியமான சத்துப்பொருள். நமது தினசரி உணவில் குறிப் பிட்ட அளவு கண்டிப்பாக இடம்பெற வேண்டிய பொருளும் கூட.

கொழுப்பு தவிர, கார்போஹைட்ரேட் (Carbohydrate) எனப்படும் மாவுச்சத்து, புரதம் (Protein), வைட்டமின்கள் (Vitamins), தாது உப்புகள்(Minerals), தண்ணீர் ஆகிய சத்துகளும் நம் அன்றாட உணவில் அடங்கியுள்ளன. நம் உடல் ஆரோக்கியமாக இருப்பதற்காகவும், இயங்குவதற்காகவும் மேற்சொன்ன சத்துகள் அனைத்தும் ஒருங்கிணைந்து செயலாற்றுகின்றன.

குறிப்பாக, நம் உடல் இயக்கத்துக்குத் தேவையான சக்தியை கார்போஹைட்ரேட், புரதம், கொழுப்பு ஆகிய மூவேந்தர் களிடம் இருந்துதான் பெறுகிறோம். இவற்றைச் சக்தி மையங்கள் என்று அழைப்பதுகூட பொருத்தமானதுதான். உணவு மூலமாகக் கிடைக்கும் சக்தியை கலோரி என்ற அலகால் குறிப்பிடுகிறார்கள்.

ஒரு கிராம் கார்போஹைட்ரேட்டில் இருந்து 4 கலோரி சக்தி நமக்கு கிடைக்கிறது. ஒரு கிராம் புரதத்தில் இருந்தும் இதே அளவு சக்திதான் கிடைக்கிறது. ஆனால், ஒரு கிராம் கொழுப்பில் இருந்து 9 கலோரி சக்தி கிடைக்கிறது (ஆக, மற்ற இரண்டு சத்துகளைவிட அதிகச் சக்தி அளிப்பது கொழுப்புதான்).

சக்தியை வழங்குவதோடு அதன் வேலை முடிந்துவிட வில்லை. உடல் நலத்துக்குத் தேவைப்படும் பல்வேறு செயல்பாடுகளிலும் கொழுப்பு பங்கேற்கிறது.

இவ்வளவு 'நல்லவனாக' இருக்கும் கொழுப்பின் மேல் எப்படி வில்லன் இமேஜ் விழுந்தது? என்கிற கேள்வி இப்போது உங்களின் மனத்தில் கண்டிப்பாகத் தோன்றி இருக்கும். இந்தக் கேள்விக்குப் பதில் சொல்லும்முன் பல்வேறு இதய நோய்களோடு தொடர்புபடுத்திப் பேசப் படும் கொலஸ்ட்ரால் பற்றியும் கொஞ்சம் தெரிந்து கொள்வோம்.

கொழுப்பு என்கிற மிகப்பெரிய கூட்டுக்குடும்பத்தில் கொலஸ்ட்ராலும் ஓர் உறுப்பினர். நமது ரத்த ஓட்டத்தில் கொழுப்புச் சத்து, கொலஸ்ட்ரால் வடிவத்தில்தான் காணப் படுகிறது. கொழுப்பு வகைகளில் இதுதான் மிகப் பிரபல மானது (உபயம்: விளம்பரங்கள்).

மனிதன் உள்பட அனைத்து விலங்குகளின் உடலில் உள்ள செல்களின் வெளிப்புற சவ்வில் இது காணப்படுகிறது. ரத்த ஓட்டத்தில் காணப்படுகிற கொலஸ்ட்ரால், இரண்டு வழி களில் வந்து சேர்கிறது. உடலில் உள்ள கல்லீரலில் உற்பத்தி ஆவது ஒரு வழி. உணவின் மூலம் கிடைப்பது இன்னொரு வழி.

கல்லீரலால் தினமும் 2 கிராம் கொலஸ்ட்ரால் தயாரிக்கப் பட்டு ரத்த ஓட்டத்தில் செலுத்தப்படுகிறது. ஆனால், ரத்தத்தில் உள்ள கொலஸ்ட்ராலின் அளவு 150 - 300 மி.கி/100 மி.லி.தான். சாப்பிட்ட பிறகு, உணவில் உள்ள கொலஸ்ட் ராலை குடல் பகுதிகள் உறிஞ்சிக்கொண்டு ரத்த ஓட்டத்துக்கு அனுப்பிவைக்கின்றன. அதிகப்படியான கொலஸ்ட்ராலை ரத்தத்தில் இருந்து வெளியேற்றும் வேலையையும் கல்லீரலே கவனித்துக்கொள்கிறது.

சாப்பிட்ட பிறகு ரத்தத்தில் சேரும் கொலஸ்ட்ராலை கல்லீரல் வெளியே அனுப்புகிறது. அதே சமயம், சாப்பிடாத நேரங் களில் கொலஸ்ட்ராலை கல்லீரல் உற்பத்தி செய்து ரத்தத்தில் செலுத்துகிறது.

கொலஸ்ட்ரால் ஆபத்தானது ஆயிற்றே, அதைப்போய் கல்லீரல் உற்பத்தி செய்வானேன் என உங்களுக்குத் தோன்ற லாம். ஊடகங்கள் சித்தரிப்பதுபோல் கொலஸ்ட்ரால் அவ்வளவு மோசமான கொடுங்கோலன் கிடையாது.

நம் உடல் ஆரோக்கியத்துக்குத் தேவைப்படுகிற மிக அத்தியாவசியமான ஊட்டச்சத்துகளுள் கொலஸ்ட்ராலும் ஒன்று. செல்களின் அமைப்புக்கும் வடிவத்துக்கும் வளர்ச்சிக்கும் செயல்பாட்டுக்கும் இதன் பங்களிப்பு மகத்தானது என கொலஸ்ட்ராலின் நன்மைகளை ஒரு பட்டியலே போடலாம்.

ஆனாலும், 'அபாயம் கொலஸ்ட்ரால்' என்கிற எச்சரிக்கை ஓங்கி ஒலித்துக் கொண்டிருப்பது ஏன்? இதே கேள்விதான் கொழுப்பு பற்றியும் வந்ததில்லையா? இரண்டுக்கும் சேர்த்தே பதில் சொல்லிவிடுவோம்.

இரண்டு காரணங்களின் அடிப்படையில்தான் இதை நாம் புரிந்துகொள்ள வேண்டியிருக்கிறது.

கார்போஹைட்ரேட், புரதம், கொழுப்பு ஆகிய மூன்றுமே சக்தியைத் தருபவையாக இருந்தாலும் இவை ஒரே அளவில் நமக்கு தேவைப்படுவதில்லை.

நமது உடலுக்குத் தேவையான சக்தியில் 60-70 சதவீதம் கார்போஹைட்ரேட்டில் இருந்தும் 10-20 சதவீதம் புரதத்தில் இருந்தும் 20-25 சதவீதம் கொழுப்பில் இருந்தும் கிடைக்க வேண்டும். மீதமுள்ள சக்தி, தாதுஉப்புகளில் இருந்தும், வைட்டமின்களில் இருந்தும் கிடைக்க வேண்டும். சமச்சீர் உணவில் இருக்க வேண்டிய விகிதாச்சாரம் இதுதான்.

ஏன் இந்த வித்தியாசம் எனில், கார்போஹைட்ரேட்டில் இருந்து கிடைக்கும் சக்தி, கொழுப்பில் இருந்து கிடைக்கும் சக்தியைவிட நல்லது; நம் உடலுக்கும் ஏற்றது. நம் அன்றாட செயல்பாடுகளுக்குத் தேவையான சக்தியை வழங்குவது கார்போஹைட்ரேட்தான்.

இந்த இயல்பைப் புரிந்துகொள்ளாமல் சுவையாக இருக் கிறதே என்பதற்காகப் பலரும் கொழுப்பு மிகுந்த உணவு களை அதிகமாகச் சாப்பிடுகின்றனர். இதனால், உடலில் சத்துகளுக்கிடையேயான விகிதாச்சாரம் பாதிக்கப்படுகிறது. உடலுக்குள் கொழுப்பின் அளவு கூடக் கூட இதயம் பல்வேறு வகைகளில் பாதிப்புக்கு உள்ளாகிறது. மாரடைப்பு, இதயச் செயலிழப்பு என அபாய எல்லைகளுக்குப் போகக்கூடிய சூழலையும் சில சமயங்களில் கொழுப்பு உருவாக்கி விடுகிறது.

அளவுக்கு மீறி உட்கொள்ளப்படும் எந்தப் பொருளிலும் அபாயம் உண்டுதான். ஆனாலும் ஒவ்வொரு பொருளும் உருவாக்கும் அபாயத்தின் அளவில் வித்தியாசம் இருக்கும் இல்லையா? மற்றவற்றை விட, கொழுப்பு அதிகமானால் உண்டாகும் ஆபத்து மிகத் தீவிரமானதாக இருக்கிறது. அதனால்தான் கொழுப்புக்கு எதிராக இத்தனை பிரசாரங்கள்; கூக்குரல்கள்; போராட்டங்கள்.

இது ஒரு காரணம். ஆனால், ஆராய்ச்சியாளர்களில் ஒரு சாரார் இதை அப்படியே ஏற்றுக்கொள்வதில்லை. அதிகப்படியான கொழுப்பினால்தான் இதயம் தொடர்பான நோய்கள் ஏற்படுகின்றன என்கிற கருத்தை அவர்கள் மறுக்கிறார்கள்.

கொழுப்பைக் குறைவாக உட்கொண்டாலும் பிரச்னைதான். பலரும் கொழுப்பைக் குறைக்கிறேன் பேர்வழி என கார்போ ஹைட்ரேட் சத்து அதிகம் உள்ள உணவை அதிகமாகச் சாப்பிடுவதால் சர்க்கரை நோய் போன்ற பாதிப்பு ஏற்படுவதற்கு வாய்ப்பு இருக்கிறது. அதோடு, கொழுப்பைக் குறைவாகச் சாப்பிடுவதால் புற்றுநோய், வாதம் போன்ற பாதிப்புகள் ஏற்படவும் வாய்ப்பு இருக்கிறது.

அதிகமாகவும் வேண்டாம்; குறைவாகவும் வேண்டாம் எனில் என்னதான் செய்வது? என்று குழம்ப வேண்டிய தில்லை. இதற்கு ஓர் எளிமையான தீர்வு இருக்கிறது.

கொழுப்பு, கொலஸ்ட்ரால் ஆகிய இரண்டுமே உணவுப் பொருள்களில் சேர்ந்தேதான் இருக்கின்றன. பொரித்த முட்டையில் இவை இரண்டுமே அதிக அளவில் காணப்படு கின்றன. பழங்களிலும் காய்கறிகளிலும் இவை குறைவாக உள்ளன. சில உணவுகளில் கொழுப்பு குறைவாகவும், கொலஸ்ட்ரால் அதிகமாகவும் உள்ளன. சில உணவுகளில் இந்த விகிதாச்சாரம் அப்படியே தலைகீழாக இருக்கிறது.

ஒவ்வொரு மனிதனுக்குள்ளும் கெட்ட குணங்களும் உண்டு; நல்ல குணங்களும் உண்டு இல்லையா? அதுபோலவே, கொழுப்பு மற்றும் கொலஸ்ட்ராலிலும் நல்லவை, தீயவை என இரு பிரிவுகள் இருக்கின்றன. நல்ல கொழுப்பை மட்டுமே சேர்த்துக்கொள்வது; தீய கொழுப்பை முற்றிலுமாக விலக்கிவிடுவது என்பது நடைமுறையில் சாத்தியமில்லை.

ஏனெனில், நல்லவை, தீயவை இரண்டுமே இணைந்துதான் உணவுப்பொருள்களில் இடம் பெற்றிருக்கின்றன. ஆக, கொழுப்பில் இருந்து கிடைக்க வேண்டிய 25 சதவீத சக்தியில் நல்ல கொழுப்பில் இருந்து அதிகமாகவும், தீய கொழுப்பில் இருந்து குறைவாகவும் சக்தி கிடைக்கும் வகையில் உணவுப்பொருள்களைத் தேர்ந்தெடுப்பதில்தான் புத்திசாலித் தனம் இருக்கிறது.

எது நல்லது, எது கெட்டது என்று தெரியாமல் எப்படி உணவுப்பொருள்களைத் தேர்ந்தெடுப்பது என்கிறீர்களா? இதற்கான பதிலைத் தெரிந்துகொள்ள வேண்டும் என்றால், கொழுப்பு மற்றும் கொலஸ்ட்ரால் பற்றி நாம் இன்னும் பல விஷயங்கள் பேச வேண்டியிருக்கிறது.

பேசலாமா?

2

கொழுப்பு நல்லதா?

கொழுப்பு என்பது என்ன?- உணவில் உள்ள ஊட்டச்சத்து. சரி, அவ்வளவுதானா? கொழுப்பு பற்றி சொல்ல வேறு ஒன்றுமே இல்லையா? நிறைய இருக்கிறது.

கொழுப்பு அமிலங்கள் (Fatty Acids), ஆல்கஹால் வகையைச் சேர்ந்த கிளைசரால் (Glycerol) ஆகியவை கை கோத்துக்கொண்டால் கிடைப்பதுதான் கொழுப்பு (இந்த இரண்டும் சேர்ந்த அமைப்பை டிரைகிளிசரைட்ஸ் (Triglycerides) என்றும் சொல்கிறார்கள்). இன்னும் நுட்பமாகச் சொல்லப் போனால் கார்பன், ஹைட்ரஜன், கொஞ்சம் ஆக்சிஜன் ஆகியவற்றின் பிணைப்புதான் கொழுப் பாக ஆகிறது.

கொழுப்பை ஆங்கிலத்தில் Fats, Lipids, Oils எனப் பல விதங்களில் குறிப்பிடுகிறார்கள். திட நிலையில் உள்ள கொழுப்புக்கு Fats; திரவ நிலையில் இருந்தால் Oils; Lipids என்பது திடம், திரவம் என இரண்டு வகைக் கொழுப்புகளையும் குறிக்கும் சொல்.

கொழுப்புக்கும் தண்ணீருக்கும் ஏழாம் பொருத்தம்; இரண்டுக்கும் ஆகவே ஆகாது. தண்ணீரில் கொழுப்பு கரையவும் கரையாது. எண்ணெய்யைத் தண்ணீரில் கலந்தால் அது மேற்பரப்பில் மிதக்குமே தவிர கரைவதில்லை என்பதை நினைவுபடுத்திக்கொள்ளுங்கள். கொழுப்பின் இயல்பு அப்படி. தண்ணீரில்தான் கரையாதே தவிர, ஈதர், ஆல்கஹால் போன்றவற்றில் கரையக்கூடியது.

கொழுப்பில் பல வகைகள் உண்டு. ஆனால், எல்லா வற்றிலும் அடங்கியிருப்பது கொழுப்பு அமிலங்களும், ஆல்கஹாலும்தான். குறிப்பிட்ட வகைக் கொழுப்பின் குணநலன்கள், அதில் அடங்கியுள்ள கொழுப்பு அமிலங் களைப் பொறுத்து அமையும்.

கொழுப்பு அமிலங்கள் ஒன்றுக்கொன்று எப்படி வேறுபடு கின்றன? அவற்றை உருவாக்கும் கார்பன் மற்றும் ஹைட்ரஜன் அணுக்களின் எண்ணிக்கையிலும், அவற்றுக்கு இடையேயான பிணைப்புகளின் எண்ணிக்கையிலும் உள்ள வித்தியாசம்தான் ஒவ்வொரு கொழுப்பு அமிலத்தையும் வேறுபடுத்துகிறது.

கொழுப்பு அமிலத்தில் கார்பன் அணுக்கள் சங்கிலித் தொடர் போல் அமைந்திருக்கும். கார்பன் அணுக்களின் இந்த சங்கிலித் தொடரோடு எத்தனை ஹைட்ரஜன் அணுக்கள் பிணைந்திருக்கின்றன என்பதைப் பொறுத்தும் கொழுப்பு அமிலங்கள் வேறுபடுகின்றன.

சங்கிலித்தொடரில் உள்ள ஒவ்வொரு கார்பன் அணுவும் இரண்டு ஹைட்ரஜன் அணுக்களோடு பிணைந்திருந்தால் அது பூரிதமான கொழுப்பு அமிலமாகக் (Saturated Fatty Acid) கருதப்படுகிறது. இந்த வகைக் கொழுப்பு அமிலத்தில் கார்பன் - ஹைட்ரஜன் அணுக்களின் பிணைப்பு அதிக அளவில் அமைந்திருக்கும். அதோடு கார்பன் அணுக்கள் இடையே ஒற்றைப் பிணைப்புதான் இருக்கும். இத்தகைய பூரிதமான கொழுப்பு அமிலங்களைக் கொண்ட கொழுப்புதான் 'பூரித மான கொழுப்பு' (Saturated Fat) என அழைக்கப்படுகிறது.

இதற்கு மாறாக சில கொழுப்பு அமிலங்களில், ஒரு கார்பன் அணு, ஒரே ஒரு ஹைட்ரஜன் அணுவோடு பிணைந்து

இருக்கும். அதோடு, பக்கத்தில் உள்ள கார்பன் அணுவோடு இரட்டைப் பிணைப்பைக் கொண்டிருக்கும். இத்தகைய அமைப்பு உள்ளதை பூரிதமாகாத கொழுப்பு அமிலம் (Unsaturated Fatty Acid) என்கிறார்கள். இத்தகைய கொழுப்பு அமிலங்களைக் கொண்டது, 'பூரிதமாகாத கொழுப்பு' (Unsaturated Fat) எனப்படுகிறது.

பூரிதமாகாத கொழுப்பிலேயே இரண்டு வகை உண்டு. கார்பன் அணு பக்கத்தில் உள்ள கார்பன் அணுவோடு ஒரே ஒரு இரட்டைப் பிணைப்பைக் கொண்டிருந்தால் அதை 'ஒற்றை பூரிதமாகாத கொழுப்பு' (Mono-unsaturated Fat) என்கிறார்கள். கார்பன் அணு, பக்கத்தில் உள்ள கார்பன் அணுவோடு ஒன்றுக்கும் மேற்பட்ட இரட்டைப் பிணைப்பைக் கொண்டிருந்தால் அதற்குப் 'பல பூரிதமாகாத கொழுப்பு' (Poly-unsaturated fat) என்று பெயர்.

இவற்றில் எது வில்லன்? எது ஹீரோ? என்பதைப் பின்னர் தெரிந்துகொள்வோம். கொழுப்பு பற்றி இன்னும் சில தகவல்கள் சொல்லவேண்டி இருக்கிறது. நாம் உட் கொள்ளும் கொழுப்பு இரண்டு வகைகளில் கிடைக்கிறது. முதல் வகைக் கொழுப்பு, கண்ணுக்குத் தெரியக்கூடியது. எண்ணெய், நெய் போன்றவை இதற்கு உதாரணங்கள். தானியங்கள், பயறுகள் போன்ற உணவுகளின் மூலமாகக் கிடைக்கும் கொழுப்பு, கண்ணுக்குத் தெரியாத கொழுப்பாக வகைப்படுத்தப்படுகிறது.

கொழுப்புச் சத்து அதிகம் உணவுகள்

குறிப்பிட்ட சத்து மட்டுமே உள்ள உணவு என்று எதுவும் கிடையாது. பெரும்பாலான உணவுப்பொருள்களில் கொழுப்புச் சத்து, கார்போஹைட்ரேட், புரதம் ஆகிய மூன்று சத்துகளும் சேர்ந்தே காணப்படும். அவற்றின் அளவுகளில் தான் வேறுபாடு இருக்கும்.

'அசைவ உணவுகளைச் சாப்பிட்டால்தான் வம்பு. ஏனெனில், அதில்தான் கொழுப்புச் சத்து மிகுதியாக இருக்கிறது' என்று பலரும் நினைத்துக்கொண்டிருக்கிறார்கள். இது தவறான கருத்து. ஏனெனில், பல தாவர உணவுகளிலும் கொழுப்புச் சத்து மிகுதியாகக் காணப்படுகிறது.

மாமிச உணவுகள்

பொதுவாக, அனைத்து மாமிச உணவுகளிலும் கொழுப்புச் சத்து அதிக அளவில் உள்ளது. மீன், ஆட்டு இறைச்சி, பிற இறைச்சி வகைகள், முட்டை (மஞ்சள் கரு), மீன் எண்ணெய், கல்லீரல் ஆகிய உணவுகளில் கொழுப்புச் சத்து மிகுதியாக உள்ளது. விலங்குகளிடம் இருந்து கிடைக்கும் கொழுப்பில், கொழுப்பு அமிலங்கள் போதுமானதாக இருப்பதில்லை. ஆனால், அதில் வைட்டமின்-ஏ மற்றும் வைட்டமின்-டி ஆகியவை மிகுதியாக இருக்கின்றன.

தாவர உணவுகள்

சோயாபீன்ஸ், முந்திரிப் பருப்பு, நிலக்கடலை, பாதாம் பருப்பு ஆகிய தாவர உணவுகளில் கொழுப்புச் சத்து அதிக மாக உள்ளது. மேலும், பெரும்பாலான எண்ணெய் வித்து களிலும் கொழுப்புச் சத்து மிகுதியாக உள்ளது. தேங்காய் எண்ணெய், நல்லெண்ணெய், கடலை எண்ணெய், சூரிய காந்தி எண்ணெய், (Sunflower Oil), பருத்தி விதை எண்ணெய் (Cotton Seed Oil) என நாம் அன்றாடம் பயன்படுத்தும் எண்ணெய் வகைகளில் கொழுப்புச் சத்து நிறைந்திருக்கிறது.

வனஸ்பதி, டால்டா, வெண்ணெய், பால், நெய் ஆகிய வற்றிலும் கொழுப்புச் சத்து மிகுதியாக உள்ளது. இந்த எண்ணெய் வகைகளில், கொழுப்பு அமிலங்கள் மிகுதியாக இருந்தாலும் வைட்டமின்-ஏ மற்றும் வைட்டமின்-டி ஆகியவை இருக்காது.

தானியங்கள் மற்றும் பயறு வகைகளில் குறைந்த அளவு கொழுப்புச் சத்து உள்ளது. பழங்களில், அவகேடோ என்ற பழத்தில் கொழுப்புச் சத்து அதிகமாக உள்ளது.

இந்தந்த உணவுப்பொருள்களில் இவ்வளவு கொழுப்புச் சத்து இருக்கிறது என்று சொன்னால் மட்டும் போதுமா? அந்தக் கொழுப்புச் சத்தினால் உடலுக்கு என்னென்ன பலன்கள் கிடைக்கும் என்று தெரிந்துகொள்ள வேண்டுமில்லையா?

கொழுப்புச் சத்தால் கிடைக்கும் பலன்கள்

நமது உடலின் ஒட்டுமொத்த செயல்பாட்டுக்குக் கொழுப் பின் பங்களிப்பும் மிக அவசியமானது. உடல் இயங்கத்

தேவையான சக்தியைத் தருவது மட்டும் கொழுப்பின் முக்கிய வேலையல்ல. சக்தியைச் சேமித்து வைக்கும் கிடங்காகவும் கொழுப்பு செயல்படுகிறது.

உடலின் இயக்கத்துக்குத் தேவையான அளவைவிட அதிக மாகச் சேரும் சக்தி கிளைக்கோஜென்னாகவும், புரத வடிவிலும் சேமித்து வைக்கப்படுகிறது. ஆனால், கொழுப்பு வடிவில் சேமித்து வைக்கப்படுவதுதான் லாபகரமானது. ஏனெனில், கொழுப்பு வடிவில் சக்தியைச் சேமிப்பது மிக எளிதானது. மற்ற இரு வடிவங்களில் சேமிப்பதற்குத் தேவைப்படுவதை விட குறைந்த அளவு சக்தி மற்றும் தண்ணீரே , கொழுப்பாகச் சேமித்து வைப்பதற்குப் போதுமானது.

தேவைப்படும் நேரங்களில் இந்தச் சேமிப்பில் இருந்து சக்தியை உடல் பயன்படுத்திக்கொள்கிறது. குறிப்பாக, கார்போஹைட்ரேட் குறைவாக இருக்கும்போதோ அல்லது சாப்பிடாமல் இருக்கும்போதோ உடலில் உள்ள கொழுப்பு கரைந்து, எரிந்து, உடலுக்குத் தேவையான சக்தியைத் தரு கிறது. இதன்மூலம், சக்தி தேவைக்காகப் புரதம் அவசியமின்றி செலவிடப்படுவதையும் கொழுப்பு தடுத்துவிடுகிறது.

நமது உடலில் உள்ள நரம்பு மண்டலத்தை மூடிப் பாதுகாக்கும் சவ்வு உருவாக, கொழுப்பு முக்கியப் பங்கு வகிக்கிறது. ஏ, டி, இ மற்றும் கே ஆகியவை வைட்டமின்கள் உடல் ஆரோக்கியத் துக்குப் பல வகைகளில் உதவக்கூடியவை. இந்த வைட்ட மின்கள் அனைத்தும், கொழுப்பில் கரையக்கூடிய தன்மை உடையவை என்பதால் இவை ஜீரணமாகி உட்கிரகிக்கப் படுவதற்குக் கொழுப்பு அத்தியாவசியமானதாக இருக்கிறது.

நமது உடலின் வெப்பநிலையைச் சீராக வைத்திருப்பதற்கும் கொழுப்பு உதவி செய்கிறது. அதிக வெப்பத்தால், வியர் வையை அதிகமாக உடல் வெளியேற்றும். இதனால், வெப்பம் வெகுவாகக் குறைந்துவிடாமல் தடுக்கவும் கொழுப்பு உதவுகிறது (தோலுக்கு அடியில் படிந்துள்ள கொழுப்பு).

தோல் மற்றும் முடியை ஆரோக்கியமாகப் பராமரிப்பதும் கொழுப்பின் வேலைகளுள் ஒன்று. இதன்மூலம், வெளிப்புற அதிர்வுகளில் இருந்து உள் உறுப்புகளைப் பாதுகாக்கிறது. செல்கள் ஆரோக்கியமாக இயங்கவும் கொழுப்பு தேவை.

நமது பாலுணர்வு, இனப்பெருக்கம், பாலுறுப்புகளின் வளர்ச்சி ஆகியவற்றை நெறிப்படுத்துவதற்கு ஸ்டீராய்ட் ஹார்மோன் கள் மிக அவசியமானவை. உடலில் உள்ள நீரின் சமநிலையை முறைப்படுத்துவதும் இந்த ஹார்மோன்களின் வேலைதான். இவைதவிர வேறு பல முக்கியப் பணிகளில் ஈடுபடுகிற ஸ்டீராய்ட் ஹார்மோன்களின் உற்பத்தியிலும், முறைப்படுத்து தலிலும் கொழுப்புக்கு இன்றியமையாத பங்கு உண்டு.

நரம்புகளில் உணர்வுகளைக் கடத்துவது, ஞாபகங்களைச் சேமிப்பது, திசுக்களின் கட்டமைப்பு ஆகியவற்றிலும் கொழுப்புக்கு முக்கியமான பொறுப்பு உண்டு. செல்களின் சவ்வில் பெரும்பான்மையான இடத்தைப் பிடித்திருப்பது கொழுப்புச் சத்துதான்.

சில குறிப்பிட்ட நோய்கள், உடல் உறுப்புகளைப் பாதிக்காத வகையில் தடுத்தாட்கொள்ளும் சுமைதாங்கி என்றுகூட கொழுப்பைச் சொல்லலாம். ரத்த ஓட்டத்தில் ஏதேனும் ஓர் அபாயகரமான பொருள் பாதுகாப்பான அளவைத் தாண்டிவிட்டால், அதை அப்படியே கடத்திக்கொண்டுபோய் கொழுப்புத் திசுவில் சேமித்து வைத்துவிடுகிறது உடல். அந்த அபாயப்பொருள் ஏதாவது ஒரு வழியில் வெளியேறும்வரை அதைப் பிடித்துவைத்துக்கொள்வது கொழுப்புத் திசுதான்.

உணவுக்கு மணத்தையும், சுவையையும் சேர்ப்பது; ரத்த உறைதலைத் தாமதப்படுத்துவது ஆகிய வேலைகளிலும் கொழுப்பு ஈடுபடுகிறது. 'அத்தியாவசியமான கொழுப்பு அமிலங்கள்' (Essential Fatty Acids) என்றொரு வகை உண்டு. உடலுக்கான ஊட்டச்சத்து தேவையை நிறைவேற்றக்கூடிய அமிலங்கள் இவை.

இந்த அமிலங்களை உடலால் உற்பத்தி செய்துகொள்ள முடியாது. உணவில் உள்ள கொழுப்புச் சத்தில் இருந்து மட்டுமே இவற்றைப் பெற முடியும்.

இதுவரை கொழுப்பு பற்றி பக்கம் பக்கமாகப் பார்த்தாகி விட்டது. இனி கொழுப்பின் வகைகள் பற்றிப் பேசலாம்.

3

கொழுப்பு அமிலங்களைக் கொண்டாடுங்கள்!

கொழுப்பு அமிலங்களாலும், கிளைசராலாலும் ஆனது கொழுப்பு என்பது உங்களுக்குத் தெரியும். நாம் உட்கொள்ளும் உணவில் உள்ள கொழுப்பை, கொழுப்பு அமிலங்களாகவும், கிளைசராலாகவும் உடைக்கவும், அவற்றை ஒன்று சேர்த்து மீண்டும் கொழுப்பாக மாற்றவும் ஒரு குட்டி தொழிற் சாலையே உடலுக்குள் இயங்கிக்கொண்டு இருக்கிறது.

அந்தத் தொழிற்சாலையைத் தரிசிக்கும்முன் கொழுப்பு அமிலங்கள் பற்றி சில தகவல்களைச் சொல்லியாக வேண்டும்.

நம் உடலில் நடக்கும் பல அத்தியாவசியமான இயக்கங்களுக்கு அடிப்படையாக அமைந்திருப் பவை கொழுப்பு அமிலங்கள்தான். உடலின் ஆரோக்கியத்துக்கு தேவையான பல அவசியமான செயல்பாடுகளில் இவை பங்கேற்கின்றன.

நம் உடலில் உள்ள ஒவ்வொரு செல்லையும் சுற்றி அமைந்துள்ள பிளாஸ்மா சவ்வில் பிரதானமான இடம்பிடித்திருக்கின்றன கொழுப்பு அமிலங்கள்.

இந்தச் சவ்வுதான் செல்லைச் சுற்றி பாதுகாப்பு அரண்போல் செயல்படுகிறது. செல்லைச் சுற்றி அமைந்துள்ள பிளாஸ்மா சவ்வு ஒரு துடிப்பான பகுதியாகும்.

இந்தச் சவ்வின் மேற்புறத்தில் சமிக்ஞைகளை வாங்கிக் கொள்ளக்கூடிய எண்ணற்ற ரிசப்டார்களும், சமிக்ஞைகளைக் கடத்தக்கூடிய பம்புகளும் உள்ளன. செல்லுக்கு வெளியில் இருந்து வருகிற சமிக்ஞைகள், சவ்வின் மேற்புறத்துக்குத் தான் அனுப்பப்படுகின்றன. அங்கிருந்தே அவை செல் களுக்குக் கடத்தப்படுகின்றன.

சமிக்ஞைகள் இவ்வாறு கடத்தப்படுவது மிக முக்கியமான நிகழ்வு. 'இந்த ஹார்மோன் சுரந்திருக்கு' என்கிற செய்தி செல் களுக்கு அனுப்பப்பட வேண்டும். 'ஊட்டச்சத்தெல்லாம் உடம்புக்குள்ள வந்திருக்குப்பா', 'நிறைய குப்பைங்க சேர்ந்துடுச்சுப்பா' போன்ற செய்திகளும் கடத்தப்பட வேண்டும். இந்த சமிக்ஞைகளுக்கு ஏற்றபடி செல்கள் நல்ல முறையில் இயங்கவேண்டும் எனில் சவ்வு சிறப்பாகச் செயல்பட வேண்டும்.

எந்த அளவு தரமாகவும், நேர்த்தியாகவும் சமிக்ஞைகள் சவ்வின் வழியாகக் கடத்தப்படுகின்றன என்பது எத்தகைய கொழுப்பு அமிலத்தால் அது உருவாக்கப்பட்டிருக்கிறது என்பதைப் பொறுத்தே அமைகிறது. செல் சவ்வு ஆரோக்கிய மான முறையில் கட்டமைக்கப்படவில்லை எனில் கடத்திகள் எல்லாம் பாதிக்கப்படும். செல்களும் சரியான தகவல்கள் கிடைக்காமல் தாறுமாறாக இயங்க ஆரம்பித்து இறுதியில் இறந்தே போய்விடும்.

கொழுப்பு அமிலங்களின் முக்கியத்துவத்தை உணர இந்த ஒரு உதாரணமே போதும் இல்லையா?

கொழுப்பு அமிலங்கள், பூரிதமானவை, பூரிதமாகாதவை என இரண்டு முக்கியப் பிரிவுகளாகப் பிரிக்கப்பட்டுள்ளன என்று ஏற்கெனவே சொல்லியிருக்கிறேன். அவை இரண்டுக்கும் உள்ள வித்தியாசம் என்ன? முந்தைய அத்தியாயத்திலேயே சொன்னதுதான்.

கொழுப்பு அமிலத்தில் கார்பன் அணுக்கள் சங்கிலித்தொடர் போல் கைகோத்திருக்கும். அந்தச் சங்கிலியின் ஒரு

முனையில் அமிலக்கூட்டம் ஒன்று ஒட்டிக்கொண்டிருக்கும். கார்பன் அணுக்களைச் சுற்றி இடைவெளியே இல்லாமல் ஹைட்ரஜன் அணுக்கள் நிரம்பியிருந்தால் அது பூரிதமான கொழுப்பு அமிலம். குறைவான ஹைட்ரஜன் அணுக்களே இருந்தால் அது பூரிதமாகாத கொழுப்பு அமிலம்.

பூரிதமாகாத கொழுப்பு அமிலத்தில், 'ஒற்றை பூரிதமாகாத கொழுப்பு அமிலம்', 'பல பூரிதமாகாத கொழுப்பு அமிலம்' என இரண்டு வகைகள் உண்டு. பல பூரிதமாகாத கொழுப்பு அமிலத்தில், ஒமேகா-3 கொழுப்பு அமிலங்கள், ஒமேகா-6 கொழுப்பு அமிலங்கள், ஒமேகா-9 கொழுப்பு அமிலங்கள், டிரான்ஸ் கொழுப்பு அமிலங்கள் ஆகிய வகைகள் உண்டு. இனி, இவை ஒவ்வொன்றைப் பற்றியும் தனித்தனியாகப் பார்க்கலாம்.

1. பூரிதமான கொழுப்பு அமிலங்கள்

Lauric acid, Myristic acid, Palmitic acid, Stearic acid ஆகிய அமிலங்கள் இந்த வகையைச் சேர்ந்தவை. இந்த அமிலங்கள், இவற்றில் உள்ள கார்பன் அணுக்களின் அடிப்படையில் மாறுபடுகின்றன.

இந்தக் கொழுப்பு அமிலங்களைக் கொண்டதுதான் பூரிதமான கொழுப்பு எனப்படுகிறது. சாதாரண அறை வெப்ப

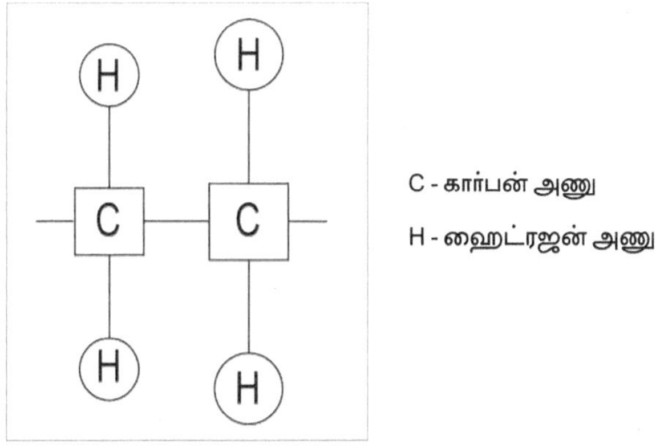

பூரிதமான கொழுப்பின் அமைப்பு

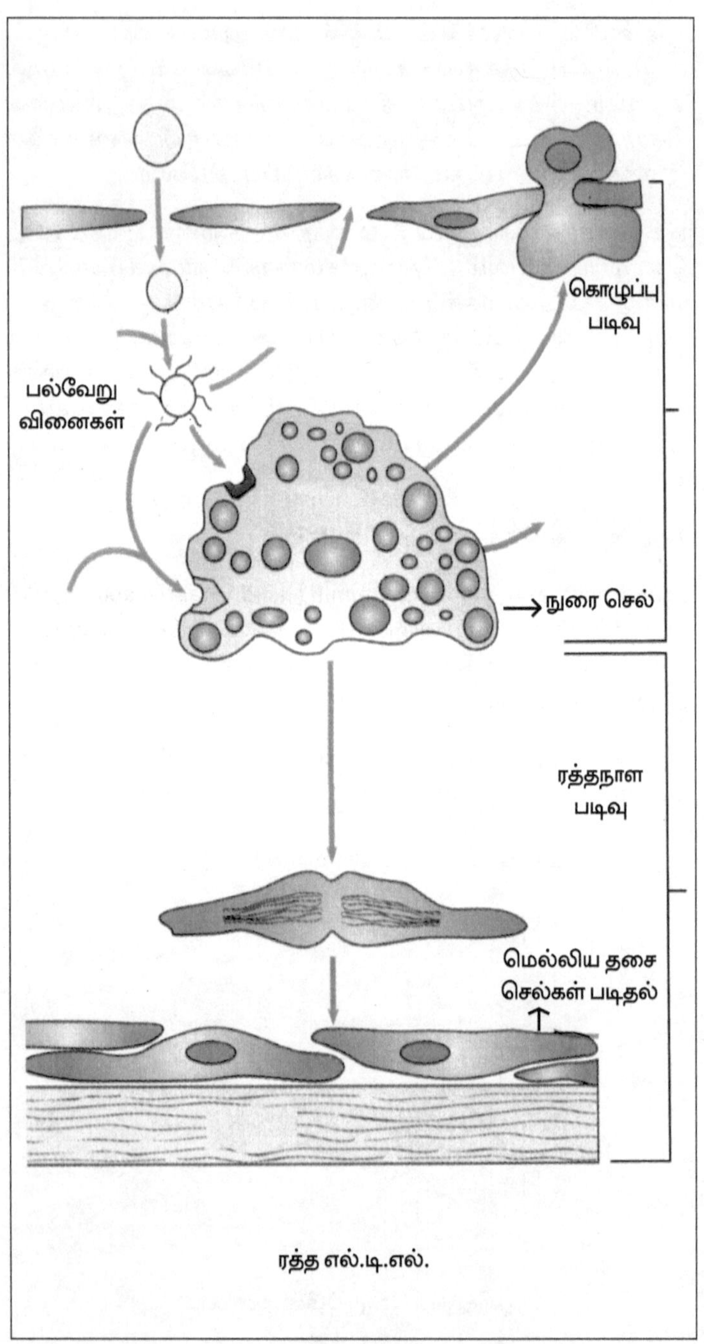

பல்வேறு
வினைகள்
கொழுப்பு
படிவு
நுரை செல்
ரத்தநாள
படிவு
மெல்லிய தசை
செல்கள் படிதல்
ரத்த எல்.டி.எல்.

நிலையில் இவை திட வடிவில் காணப்படுவதால் இவற்றை திடக் கொழுப்புகள் என்றும் அழைக்கிறார்கள்.

முக்கிய உணவுகள்

வெண்ணெய், நெய், தேங்காய் எண்ணெய், பருத்தி விதை எண்ணெய், கிரீம் வகைகள், பாலாடைக்கட்டி, இறைச்சி, சாக்லேட் ஆகிய உணவுகளில் பூரிதமான கொழுப்பு அமிலங்கள் அதிகமாக உள்ளன. குறிப்பாக, மாமிச உணவுகளை அதிகம் எடுத்துக்கொள்வதன் மூலம் பூரிதமான கொழுப்பு நம் உடலில் அதிகம் சேர்கிறது.

இவற்றால் ஏற்படும் உடல் பாதிப்புகள்

நம் உடல் ஆரோக்கியத்துக்கு பூரிதமான கொழுப்பு அமிலங்கள்தான் வில்லனாகக் கருதப்படுகின்றன. இந்த வகைக் கொழுப்பை அதிகமாகச் சாப்பிட்டால், இதயம் தொடர்பான நோய்களால் பாதிக்கப்படுவதற்கான வாய்ப்புகள் அதிகம். ஆனால், எப்படி என்பதற்கான விஞ்ஞானப்பூர்வமான விளக்கம் கிடைக்கவில்லை.

ஒரே ஒரு விளக்கம் மட்டுமே நமக்குக் கிடைத்திருக்கிறது. கொலஸ்ட்ராலிலும் நல்லவன், கெட்டவன் என இரண்டு பிரிவுகள் உண்டு என்று சொன்னேனே, நினைவிருக்கிறதா? பூரிதமான கொழுப்பு அமிலங்களை அதிகமாக எடுத்துக் கொண்டால், ரத்தத்தில் கெட்ட கொலஸ்ட்ரால் வகைகளும், டிரைகிளிசைரடும் அதிகரிக்கும்.

இவை இரண்டுமே ஆபத்தானவை. இவை உடலில் அதிக மாகச் சேர்ந்தால், ரத்தக் குழாய்களின் உட்புறச் சுவர்களில் படிந்துவிடும். இதன்காரணமாக, நோயாளிகளுக்கு ரத்தக் குழாய் அடைப்பு, ரத்த அழுத்தம், மாரடைப்பு போன்ற பல்வேறு பாதிப்புகளும் ஏற்படும். இந்த வகையில்தான் இதய நோய்களை உருவாக்குவதில் பூரிதமான கொழுப்பு அமிலங்கள் பெரும்பங்கு வகிக்கின்றன.

இது போன்ற ஆபத்துகளில் இருந்து இதயத்தைக் காப்பாற்ற வேண்டும் என்றால், நாம் உட்கொள்ளும் உணவில் பூரிதமான கொழுப்பு 7 சதவீதத்துக்கு மேல் போகாமல் பார்த்துக்கொள்ள வேண்டும்.

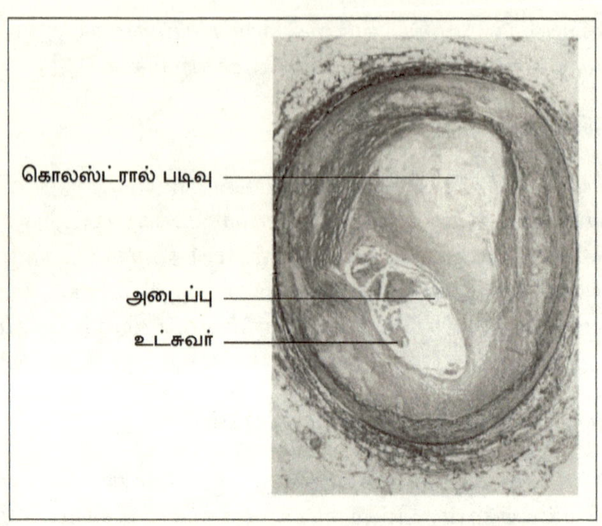

ரத்தக்குழாயின் குறுக்குவெட்டுத் தோற்றம்

2. பூரிதமாகாத கொழுப்பு அமிலங்கள்

இதில் உள்ள இரண்டு வகைகளில், ஒற்றை பூரிதமாகாத கொழுப்பு அமிலங்கள் பற்றி முதலில் பார்க்கலாம்.

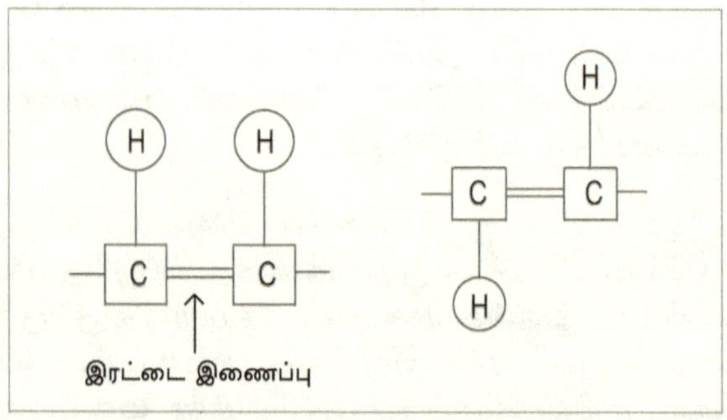

பூரிதமாகாத கொழுப்பு அமிலங்களின் அமைப்புகள்

அ. ஒற்றை பூரிதமாகாத கொழுப்பு அமிலங்கள்

Palmitoleic acid, Cis-Vaccenic acid, Oleic acid ஆகிய அமிலங்கள் ஒற்றை பூரிதமாகாத கொழுப்பு அமிலத்தைச் சேர்ந்தவை.

இவை அதிகமாக உள்ள உணவுகள்

தாவர எண்ணெய்களில் பூரிதமாகாத கொழுப்பு அதிகமாகக் காணப்படுகிறது. குறிப்பாக, ஆலிவ் எண்ணெய்யில் இதன் அளவு மிக அதிகம். கனோலா எண்ணெய், வேர்க்கடலை ஆகியவற்றிலும் அதிகம் காணப்படுகிறது. பருப்புகள், தானியங்கள், அவகேடோ பழம் ஆகியவற்றிலும் இது கணிசமான அளவு உள்ளது.

நம் உடல்நிலையைப் பொறுத்தவரையில் பூரிதமாகாத கொழுப்பு நிச்சயம் ஒரு ஹீரோதான். நமது டயட்டில் இந்தக் கொழுப்பை 10 கிராம்வரை சேர்த்துக்கொள்வதன் மூலம் மார்பகப் புற்றுநோய் வருவதற்கான வாய்ப்பு பெருமளவு குறைகிறது. ஆலிவ் எண்ணெய்யை அதிகமாகப் பயன் படுத்தும் மக்களுக்கு இதயம் மற்றும் ரத்த நாளங்கள் தொடர்பான நோய்கள் ஏற்படும் வாய்ப்பு குறைவதாகவும் கண்டறியப்பட்டுள்ளது.

ஒற்றை பூரிதமாகாத அமிலம், ரத்தத்தில் உள்ள கெட்ட கொலஸ்ட்ராலை குறைத்து நல்ல கொலஸ்ட்ராலை அதிகமாக்க உதவுகிறது. இதன்மூலம், ரத்தக் குழாய்களின் உள்ளே கெட்ட கொலஸ்ட்ரால் படிந்து பல்வேறு இதய நோய்களை உருவாக்குவதைத் தடை செய்கிறது. கெட்ட கொலஸ்ட்ராலின் இன்னொரு வகையான டிரைகிளிசரைடின் அளவையும் இது குறைக்கிறது.

சமையலுக்கு ஆலிவ் எண்ணெய்யைப் பயன்படுத்துவதை வழக்கமாக வைத்துக்கொள்வது நல்லது.

ஆ. பல பூரிதமாகாத கொழுப்பு அமிலங்கள்

பயன்பாட்டின் அடிப்படையில் பார்த்தால் இவையும் ஹீரோ தான். பல பூரிதமாகாத கொழுப்பு அமிலங்களும் இதயம் தொடர்பான நோய்கள் உருவாவதை 19 சதவீதம் குறைக் கின்றன. தாவர எண்ணெய்களிலும், மீன்களிலும் இந்த வகைக் கொழுப்பு அமிலங்கள் அதிகமாகக் காணப்படுகின்றன.

ஓமேகா - 3 கொழுப்பு அமிலம், ஓமேகா - 6 கொழுப்பு அமிலம், ஓமேகா - 9 கொழுப்பு அமிலம் ஆகியவை பல பூரிதமாகாத கொழுப்பு அமிலங்களின் வகையைச்

சேர்ந்தவை. ஒமேகா-3 கொழுப்பு அமிலம், மீன் உணவில் அதிகமாகக் காணப்படுகிறது. ஒமேகா-6 கொழுப்பு அமிலம், தாவர எண்ணெய்யில் அதிகமாகக் காணப்படுகிறது.

இத்தகைய கொழுப்பு அமிலங்கள் கொண்ட கொழுப்பைப் பல பூரிதமாகாத கொழுப்பு என்கிறார்கள். சாதாரண அறை வெப்பநிலையில் இது திரவ வடிவில் இருக்கும் என்பதால் இதைத் திரவக் கொழுப்பு என்றும் அழைக்கிறார்கள்.

ஒமேகா-3 மற்றும் ஒமேகா-6 ஆகியவற்றுக்கு அத்தியாவசிய மான கொழுப்பு அமிலங்கள் என்கிற பெயரும் உண்டு. நம் உடலின் இயக்கங்கள் இயல்பாக நடக்க வேண்டும் என்றால் சில கொழுப்பு அமிலங்கள் மிக அத்தியாவசியமாகத் தேவைப்படும். இவற்றை உடலால் தானாகவே உற்பத்தி செய்துகொள்ள முடியாது. உணவின் மூலமாகவே இவை உடலில் சேரும்.

நமது உடலில் உள்ள நோய் எதிர்ப்புச் சக்தி அமைப்பு ஆரோக்கியமாகச் செயல்படுவதற்கு அத்தியாவசியமான அமிலங்கள் அவசியம் தேவைப்படுகின்றன. கொலஸ்ட் ராலின் வளர்சிதை மாற்றத்துக்கும் இவை துணை புரிகின்றன. அந்த அடிப்படையில் பார்த்தால், உணவின் வழியாக இந்த அத்தியாவசியமான அமிலங்களை நாம் எடுத்துக்கொண்டே ஆக வேண்டும். அப்படி எடுத்துக்கொள்ளாமல் போவது நம் உடல் நலத்தில் பாதிப்புகளை ஏற்படுத்தும்.

இனி, இந்த வகையின் கீழ்வரும் ஒவ்வொரு அமிலங்கள் பற்றியும் பார்க்கலாம்.

ஒமேகா - 3 கொழுப்பு அமிலம் (Omega - 3 Fatty acid)

LinoLenic Acid

Eicosatrienoic Acid

Eico Sapentaenoic Acid

Decosapentaenoic Acid

Cupanodronic Acid

Docosahexaenoic Acid

Tetracosapentaenoic Acid

Tetracosahaxaenoic Acid

ஆகியவை ஓமேகா-3 கொழுப்பு அமிலங்களின் குடும்பத்தைச் சேர்ந்தவை.

இதன் நன்மைகள்

கண், மூளை மற்றும் நரம்பு தொடர்பான செயல்பாடுகளுக்கு ஓமேகா-3 மிகவும் பயன்படுகிறது. ரத்த ஓட்டத்தைச் சீராக்குவ தோடு, ரத்தத்தின் அடர்த்தியையும் குறைக்கிறது. இதன்மூலம் ஸ்ட்ரோக் (பக்கவாதம்) போன்ற பிரச்னைகள் ஏற்படாமல் தடுக்கிறது. ரத்தக் குழாய்கள் மற்றும் ரத்த நாளங்களில் அடைப்பு ஏற்படாமல் பாதுகாப்பதும் ஓமேகா-3 கொழுப்பு அமிலத்தின் வேலைகளில் ஒன்று. இதன்மூலம், இதய நோய் கள், மாரடைப்பு போன்றவை ஏற்படாமல் தடுக்கப்படுகிறது.

கால் பகுதிகளில் சிரைக் குழாய்களில் வீக்கம் ஏற்படாமலும் இது தடுக்கிறது. மூட்டுப் பாதிப்புக்கும், மனச் சோர்வுக்கும் கூட பெருமளவு உதவுகிறது. இந்தக் கொழுப்பு அமிலம் குழந்தைகளுக்கு ஏற்படக்கூடிய கவனக் குறைபாடு, மிகை செயல்பாடு பாதிப்புக்கும் சிறந்த மருந்தாகக் கருதப்படு கிறது. ரத்தக் கொலஸ்ட்ராலை, குறிப்பாக டிரைகிளிசரைடு கொழுப்பை 45 சதவீதமும், மிகவும் அடர்த்தி குறைந்த கொலஸ்ட்ராலை 50 சதவீதமும் குறைக்கிறது. மேலும், கற்கும் திறமையையும், நினைவாற்றலையும் வளர்க்கவும் இந்தக் கொழுப்பு அமிலம் உதவுகிறது. அதோடு, தோலில் ஏற்படக்கூடிய ஒவ்வாமையைப் (அலர்ஜி) போக்கவும், பல்வேறு மனநோய்களுக்கான சிகிச்சையிலும் ஓமேகா-3 கொழுப்பு அமிலம் பெரிதும் உதவுகிறது.

ஓமேகா-3 போதுமான அளவு உடலில் இல்லையென்றால் மூளையின் செயல்பாடு பாதிக்கப்படும். ஐ.க்யூ. (IQ) எனப்படும் நுண்ணறிவுத் திறனும் குறைவாக இருக்கும். இதன் அளவு அதிகமாகப்போனாலும் ஆபத்துதான். அளவுக்கு மீறினால் சர்க்கரை நோயையும், ரத்தப்போக்கையும் இது ஏற்படுத்தக்கூடும்.

தேவை எவ்வளவு?

தினமும், ஆண்களுக்கு 1.6 கிராம் என்ற அளவிலும் பெண்களுக்கு 1.1 கிராம் என்ற அளவிலும் இந்தக் கொழுப்பு அமிலம் தேவைப்படுகிறது.

ஒமேகா-3 அதிகம் உள்ள உணவுகள்

ஆலிவ், வால்நட், சோயாபீன்ஸ் போன்றவற்றில் ஒமேகா-3 அமிலம் அதிக அளவில் உள்ளது.

Salmon, Herring, Mackerel, Anchovies, Sardines, Tuna போன்ற கொழுப்பு அதிகம் உள்ள மீன் வகைகளில் ஒமேகா-3 அதிகம் காணப்படுகிறது. சில தாவர உணவுகளிலும் இது மிகுதியாக உள்ளது.

பிற உணவுகள்

Chia	64 சதவீதம்
Kinifruit	62 சதவீதம்
Perilla	58 சதவீதம்
Flax	55 சதவீதம்
Lingonberry	49 சதவீதம்
Camelina	36 சதவீதம்
Purslane	35 சதவீதம்
Black Raspberry	33 சதவீதம்

ஆகியவற்றிலும் இந்தக் கொழுப்பு அமிலங்கள் அடங்கி இருக்கின்றன. கொட்டை வகைகளில்,

Walnut	6.3 சதவீதம்
Hazelnut	0.1 சதவீதம்
Pecannut	0.6 சதவீதம்
Butternuts	8.7 சதவீதம்

என்ற அளவில் ஒமேகா - 3 கொழுப்பு அமிலம் நிறைந்திருக்கிறது.

ஒமேகா - 6 கொழுப்பு அமிலம்

ஒமேகா-6 அமிலம், உடலில் 'என்-6 இகோசானாய்ட்ஸ்' (N - 6 Eicosanoids) என்ற பொருளாக மாறிச் செயல்படுகிறது. இந்தப் பொருள் உடலில் நடைபெறும் பல்வேறு

விளைகளுக்கும் உதவுவதோடு என்-6 பிராஸ்டோகிளான் டின்ஸ் (N-6 Prosta Glandins) என்ற ஹார்மோனாகவும் மாறுகிறது.

நமது தோலின் தோற்றத்தையும், பளபளப்பையும், ரத்த நாளங்களின் வடிவத்தையும் பராமரிப்பதில் ஓமேகா-6 கொழுப்பு அமிலத்துக்கு முக்கியப் பங்கு உண்டு. ஓமேகா - 3 கொழுப்பு அமிலத்தின் அளவையும், செயல்பாட்டையும் குறைப்பது இதன் வேலைகளுள் ஒன்று.

ஓமேகா-6 கொழுப்பு அமிலம் போதுமான அளவு நம் உடலில் இல்லையென்றால் ரத்த ஓட்டம் பாதிக்கப்படும். தோல் நோய்கள், அதிகமான முடி இழப்பு, சிறுநீர் கழித்துக் கொண்டே இருப்பது போன்ற பிரச்னைகளும் ஏற்படலாம்.

முக்கிய ஓமேகா – 6 கொழுப்பு அமிலங்கள்

Linoleic Acid, Gamma Linolenic Acid, Eicosamdienoic Acid, Dihomo-gamma , Linolenic Acid, Arachidonic Acid, Docosadienoic Acid, Adrenic Acid, Docosapentaen Acid, Calendic Acid ஆகியவை ஓமேகா-6 கொழுப்பு அமிலங்களின் குடும்பத்தைச் சேர்ந்தவை.

ஓமேகா – 6 – கொழுப்பு அமிலங்கள் நிறைந்த உணவுகள்

முட்டை, கோழி வகை உணவுகள், தானியங்கள், தானியங் களில் தயாரிக்கப்படும் பிரட் வகைகள், பேக்கரி உணவுகள், கொட்டை வகைகள் ஆகியவற்றில் ஓமேகா-6 கொழுப்பு அமிலங்கள் நிறைந்துள்ளன.

சோள எண்ணெய், சூரியகாந்தி எண்ணெய், சாஃப்ளவர் எண்ணெய், சோயாபீன் எண்ணெய், பருத்தி விதை எண்ணெய், ஈவ்னிங் ப்ரைம்ரோஸ் (Evening Primrose Oil) எண்ணெய் போன்றவற்றில் இந்த வகைக் கொழுப்பு அதிகம் காணப்படுகிறது.

ஓமேகா 6 – ஓமேகா 3 விகிதாச்சாரம் என்ன?

நாம் சாப்பிடும் உணவில் சாதாரணமாக ஓமேகா - 6 கொழுப்பு அமிலங்களும், ஓமேகா - 3 கொழுப்பு அமிலங்களும் 4 : 1 என்ற விகிதத்தில் இருக்க வேண்டும். ஆனால், மேற்கத்திய

உணவுகளில் இன்றைக்கு இந்த விகிதம் 10 : 1 முதல் 30 : 1 என்ற அளவு வரை இருக்கிறது.

இவ்வாறு உட்கொள்ளும் உணவில், ஓமேகா - 6 கொழுப்பு அமிலங்கள் அதிகமாகி, அதேநேரம் ஓமேகா - 3 குறைவாக இருந்தால், உடலில் பலவிதமான நோய்கள் ஏற்படலாம். ஏனென்றால், ஓமேகா - 6 கொழுப்பு அமிலங்கள், ஓமேகா - 3-ன் செயல்பாட்டைத் தடுத்து நிறுத்திவிடுகின்றன. இதனால், ஓமேகா-3 கொழுப்பு அமிலங்களில் இருந்து கிடைக்கவேண்டிய பலன்கள் கிடைக்காமல் போகின்றன.

இதன் காரணமாக, ரத்த நாளங்களில் கொழுப்பு அதிகமாகப் படிந்து, பக்கவாதம், இதயக் கோளாறுகள், மூட்டு வாதம், மனச்சோர்வு, புற்றுநோய் போன்ற பாதிப்புகள் ஏற்பட வாய்ப்புகள் உள்ளன.

ஓமேகா - 9 கொழுப்பு அமிலம்

ஓமேகா-9 கொழுப்பு அமிலம், விலங்குகளின் கொழுப்பில் இருந்தும், தாவர எண்ணெய்களில் இருந்தும் கிடைக்கிறது. Oleic Acid, Bicosenoic Acid, Mead Acid, Erucic Acid, Nervonic Acid ஆகியவை இவ்வகை கொழுப்பு அமிலங்களைச் சேர்ந் தவை.

காணப்படும் உணவுகள்

ஆலீவ் எண்ணெய்யில் ஓமேகா-9 வகைக் கொழுப்பு அமிலங்கள் அதிகமாக உள்ளன. வால்ஃப்ளவர் விதையிலும், கடுகு எண்ணெய்யிலும்கூட இவை அதிகம் காணப்படு கின்றன.

ஓமேகா - 9 கொழுப்பு அமிலம் அத்தியாவசியமான கொழுப்பு அமிலங்களின் வகையில் வராது. ஏனென்றால், நமது உடல் பிற பூரிதமாகாத கொழுப்பு அமிலங்களில் இருந்து இவற்றைத் தயாரித்துக்கொள்கிறது.

டிரான்ஸ் கொழுப்பு (Trans Fat)

இதுவும் பூரிதமாகாத கொழுப்பு வகையைச் சார்ந்ததுதான். பூரிதமாகாத கொழுப்பு, சாதாரண அறை வெப்பநிலையில் திரவநிலையில் இருக்கும் என்று குறிப்பிட்டேன். வியாபார

ரீதியில் அவற்றின் மதிப்பை அதிகப்படுத்துவதற்காக, 'ஹைட்ரஜனேற்றம்' செய்வார்கள். இதனால் உருவாகிற கொழுப்புதான் 'டிரான்ஸ் கொழுப்பு' எனப்படுகிறது. இது திட நிலையில் இருக்கும். துரித உணவுகளிலும், பேக்கரி பொருள்களிலும், ஜங்க் ஃப்புட்ஸ் என்று சொல்லப்படுகிற பொரிக்கப்பட்ட உணவுகளிலும் இந்த வகைக் கொழுப்பு பயன்படுத்தப்படுகிறது.

பூரிதமாகாத கொழுப்பு அமிலங்களோடு ஹைட்ரஜன் சேர்த்து உருவாக்கப்படுவதால் இதன் ரசாயன அமைப்பு மாறிவிடுகிறது. எனவே, இது பூரிதமாகாத கொழுப்பாகக் கருதப்பட்டாலும், இதன் விளைவுகள் பூரிதமான கொழுப்பையே ஒத்திருக்கின்றன. அதாவது, நமது உடலைப் பொறுத்தவரையில் இது வில்லனாகவே செயல்படுகிறது.

டிரான்ஸ் கொழுப்பு இயற்கையாகவே சில எண்ணெய் வகை களிலும் உணவுகளிலும் இருக்கிறது. செயற்கையாகவும் தயாரிக்கப்படுகிறது. இயற்கையாகக் கிடைப்பதைவிட செயற்கையாகக் கிடைக்கும் டிரான்ஸ் கொழுப்புதான் உடலுக்கு அதிக அளவு சேதத்தை விளைவிக்கிறது. இருப்பதிலேயே மிக மோசமான கொழுப்பு என்று இதைக் குறிப்பிட்டாலும் மிகையில்லை.

செல்லைச் சுற்றியுள்ள சவ்வில் கொழுப்பு அமிலங்கள்தான் அதிகமாகக் காணப்படும் என்று படித்திருப்பீர்கள். டிரான்ஸ் கொழுப்பு அதிகமாகச் சேர்வதன் மூலமாக, அவற்றின் தன்மையை மாற்றி அமைத்து சவ்வில் சேதத்தை ஏற்படுத்து கிறது. இதனால், சவ்வின் ஊடுருவும் தன்மையும் மாற்றத் துக்கு உள்ளாகிறது. அதோடு, சமிக்ஞைகளைக் கடத்தும் நொதிகளின் செயல்பாடுகளையும் இது பாதித்துவிடுகிறது.

இத்தகைய பாதிப்புக்கு உள்ளான சவ்வு முற்றிலுமாகச் சேதமடைந்து, புற்றுநோய், ஆர்த்ரைடிஸ், இதய நோய்கள் போன்றவை ஏற்பட வழி வகுத்துவிடுகிறது. குறிப்பாக, இதயம்- ரத்த நாளங்கள் தொடர்பான நோய்கள் உருவாகும் வாய்ப்பை, டிரான்ஸ் கொழுப்பு 93 சதவீதம் அதிகப் படுத்துவதாக ஆராய்ச்சி ஒன்று தெரிவிக்கிறது.

இரண்டு வழிகளில் இந்த 'கெட்ட' காரியத்தை டிரான்ஸ் கொழுப்பு நிகழ்த்துகிறது. ரத்தத்தில் உள்ள டிரைகிளிசரைடு

மற்றும் கெட்ட கொலஸ்ட்ராலின் அளவை அதிகப் படுத்துவது ஒரு வழி. நல்ல கொலஸ்ட்ராலின் அளவைக் குறைப்பது இன்னொரு வழி.

இத்தனை கெடுதல்களை விளைவிப்பதாக இருப்பதால் டிரான்ஸ் கொழுப்பை முடிந்தவரையில் உணவில் தவிர்ப் பதே நம் ஆரோக்கியத்துக்கு நல்லது. ஆனால், அப்படித் தவிர்க்க முடியாதபடி டிரான்ஸ் கொழுப்பு இருப்பதை மறைத்தே உணவுப்பொருள்களை விற்கிறார்கள்.

உணவுப்பொருள் பாக்கெட்டின் மேல் உள்ள லேபிளில் 'Partially Hydrogenated' என்று குறிப்பிடப்பட்டிருப்பதைக் கவனித்திருக்கலாம். அபாயத்தைக் குறிக்கும் அறிகுறி அது. Hydrogenated என்கிற வார்த்தை இருந்தாலே அதில் டிரான்ஸ் கொழுப்பு இருப்பதாகத்தான் அர்த்தம். ஆனால், அந்த உணவுப்பொருளில் எந்த அளவு டிரான்ஸ் கொழுப்பு கலந்துள்ளது என்பதை அதில் குறிப்பிட்டிருக்கமாட்டார்கள்.

சாக்லேட், சிப்ஸ் போன்றவற்றில் இரண்டு கிராம் பூரிதமான கொழுப்பு இருப்பதாகக் குறிப்பிட்டிருப்பார்கள். அவற்றில், பூரிதமான கொழுப்பைவிடவும் இரண்டு மடங்கு டிரான்ஸ் கொழுப்பு இருப்பதை வசதியாக மறைத்துவிடுவார்கள். அப்படியானால் அதன் அளவை எப்படிக் கண்டறிவது?

அதற்கு ஒரு எளிமையான வழி இருக்கிறது. லேபிளில் பூரிதமான கொழுப்பு, பூரிதமாகாத கொழுப்பு மற்றும் மொத்தக் கொழுப்பின் அளவைக் குறிப்பிட்டிருப்பார்கள். பூரிதமான மற்றும் பூரிதமாகாத கொழுப்பு ஆகியவற்றைக் கூட்டி, மொத்த கொழுப்பில் இருந்து அதைக் கழித்தால் வருகிற அளவுதான் டிரான்ஸ் கொழுப்பின் அளவு.

4

கொழுப்பு எப்படி ஜீரணமாகிறது?

ஐந்தரை அடிக்குள் அடங்கிவிடுகிற உடல்தான். ஆனால், அதற்குள்தான் எத்தனை எத்தனை தொழிற் சாலைகள்! எவ்வளவு நுணுக்கமான இயக்கங்கள்! குறிப்பாக, ஜீரணத் தொழிற்சாலையில் நடக்கும் வேலைகளைக் கவனித்தாலே உடல் எவ்வளவு அதிசயமானது என்பது புரிந்துவிடும்.

இந்த அத்தியாயத்தில் ஜீரணத் தொழிற்சாலையின் இயக்கம் பற்றி ஓட்டுமொத்தமாக நான் சொல்லப் போவதில்லை. உணவில் உள்ள கொழுப்புச் சத்து எப்படி ஜீரணமாகி உட்கிரகிக்கப்படுகிறது, எத்தகைய வளர்சிதை மாற்றத்துக்கு உட்படுகிறது, எப்படி சேமித்து வைக்கப்படுகிறது போன்ற கேள்வி களுக்கு மட்டும் பதில் தருகிறேன். கொஞ்சம் டெக்னிக்கலான சமாசாரங்கள்தான். என்றாலும் எளிமையாகப் புரிந்துகொள்ள முயற்சி செய் வோமே.

நமது உணவில் டிரைகிளிசரைடு, பாஸ்போலிப் பிட்ஸ், கொலஸ்ட்ரால் ஆகிய மூன்று வகைகளில் கொழுப்பு இடம் பிடித்திருக்கிறது. இவற்றில்

கொலஸ்ட்ரால் மற்றும் டிரைகிளிசரைடு ஆகிய கொழுப்பு வகைகளை தேவைப்படும் சமயங்களில் கல்லீரலே தயாரித்துக்கொள்கிறது. இவை உணவின் மூலமாகவும் பெறப்படுகின்றன.

சாப்பிட்டவுடன், டிரைகிளிசரைடு மற்றும் கொலஸ்ட்ரால் ஆகியவை குடல்பகுதிக்கு வந்து சேர்கின்றன.

இந்தக் கொழுப்பு மூலக்கூறுகளைக் குடலில் உள்ள நொதி களால் வளர்சிதை மாற்றத்துக்கு உட்படுத்த முடிவதில்லை (உணவின் மூலம் உடலுக்குள் வரும் மூலக்கூறுகளை உடைத்து சக்தியை அறுவடை செய்வதற்காகவும், அந்தச் சக்தியைப் பயன்படுத்தி செல்களையும், திசுக்களையும் கட்டமைப்பதற்காகவும் நடைபெறுகிற பல்வேறு ரசாயன மாற்றங்களைத்தான் வளர்சிதை மாற்றம் என்கிறோம்). எனவே, அவை சிறுகுடல் பகுதியில்தான் வளர்சிதை மாற்ற மடைகின்றன.

சிறுகுடலில் கொழுப்பு மூலக்கூறுகள் நுழைந்ததும் கோல்சிஸ்டோகினின் (Cholecystokinin-CCK) என்கிற ஹார் மோனைத் தூண்டி ரத்த ஓட்டத்தில் கலக்கச் செய்கின்றன. இதேநேரத்தில், பித்தப்பை தூண்டப்பட்டு பித்த நீரும் சுரக்கிறது. இந்தப் பித்த நீரும் அதில் உள்ள உப்புகளும் கொழுப்பு மூலக்கூறுகளோடு சேர்ந்து அவற்றை சிறிய

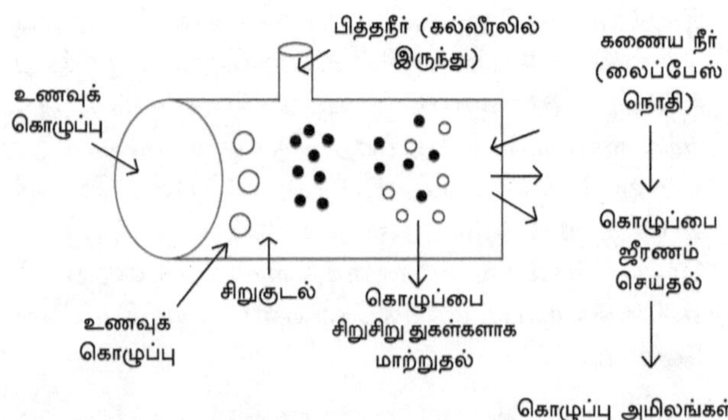

கொழுப்பு ஜீரணமடைதல்

மூலக்கூறுகளாக உடைக்கின்றன. இவற்றை மிசெல்லஸ் (Micelles) என்கிறார்கள். பித்த அமிலம் இவற்றின் மேல் படிந்து ஒருவிதமான படலத்தை உருவாக்குகிறது. இந்தப் படலம் சிறிய மூலக்கூறுகள் ஒன்றோடு ஒன்று இணைந்து விடாமல் தடுக்கிறது.

சிசிகே ஹார்மோன், கணையத்தைத் தூண்டி லிப்பேசஸ் என்கிற நொதியைச் சுரக்கச் செய்கிறது. இந்த நொதி, சிறிய கொழுப்பு மூலக்கூறுகளை, கொழுப்பின் பகுதிப் பொருள் களான கொழுப்பு அமிலங்களாகவும், கிளிசரலாகவும் உடைக்கிறது. இப்படி உடைக்கப்பட்ட பிறகு குடலில் உள்ள செல்களால் எளிதாக அவை உறிஞ்சிக்கொள்ளப் படுகின்றன.

குடலில் உள்ள செல்களில், கொழுப்பு அமிலங்களும், கிளிசராலும் மீண்டும் ஒன்றிணைக்கப்பட்டு கொழுப்பு மூலக்கூறுகளாக மாற்றப்படுகின்றன. கூடுதலாக அவற்றின் மேல் லிப்போபுரோட்டின் என்கிற கொழுப்புப் புரதத்தால் ஆன மேலுறையும் சேர்ந்துகொள்கிறது.

லிப்போபுரோட்டின் மேலுறையுடன்கூடிய கொழுப்பு மூலக் கூறுகளை கைலோமைக்ரான்ஸ் (Chylomicrons) என்கிறார்கள். கைலோமைக்ரான்ஸில் டிரைகிளிசரைடு 90 சதவீதமும், கொலஸ்ட்ரால் 10 சதவீதமும் இருக்கும். இந்த இடத்தில் இரண்டு உப கேள்விகளுக்கு பதில் தந்துவிடலாம். கொழுப்பு ஏன் கொழுப்பு அமிலங்களாகவும், கிளிசரலாகவும் உடைக்கப்படுகிறது? பிறகு மறுபடி ஏன் பெரிய கொழுப்பு மூலக்கூறுகளாக மாற்றப்படுகிறது என உங்களுக்குத் தோன்றலாம்.

கொழுப்பு மூலக்கூறுகள் அளவில் பெரியவை என்பதால் செல்களின் சவ்வின் வழியே ஊடுருவ முடியாது. எனவே, கொழுப்பு எந்த செல்களின் வழியாகப் பயணப்படுவதாக இருந்தாலும் அவை உடைக்கப்பட வேண்டும். குடலில் சிறிய மூலக்கூறுகளாக உடைக்கப்படுவதால்தான் அதன் சுவர்களில் உள்ள செல்களால் கொழுப்பு உறிஞ்சிக் கொள்ளப்படுகிறது. அது சரி. ஆனால், மறுபடி பெரிய மூலக்கூறுகளாக மாற்றப்படும் போது எதற்காக அந்த புரத கோட்டிங்?

கொழுப்புக்கும் தண்ணீருக்கும் ஆகவே ஆகாது என ஏற்கெனவே சொல்லியிருக்கிறேன். ஆனால், உடல் முழுக்க தண்ணீர் இருப்பதால் கொழுப்பு அதனுடன் டூவிட முடியாது. கொழுப்புக்கும் தண்ணீருக்கும் ஒரு சமாதான உடன் படிக்கையை ஏற்படுத்தி தண்ணீரில் அது பயணப்படுவதற்கு வசதியாகத்தான் கொழுப்புப் புரத கோட்டிங் தரப்படுகிறது.

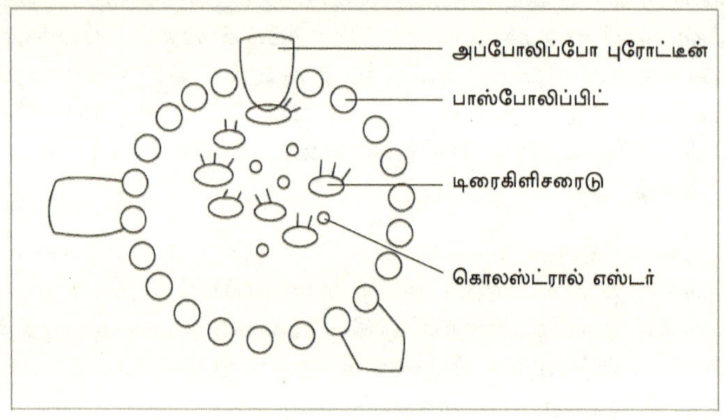

கைலோமைக்ரான் அமைப்பு

இனி மறுபடி கைலோமைக்ரான்ஸ்-க்கு வருவோம். புரதமும் கொழுப்பும் கலந்த இந்தக் கலவை நேரடியாக ரத்த ஓட்டத்துக்கு அனுப்பப்படாது. ரத்தக் குழாய்கள் குறுகி யவை என்பதால் அவற்றின் வழியே பெரிய மூலக்கூறுகள் போக முடியாது. இதனால், நிணநீர் மண்டலத்தில் உள்ள லேக்டியல்ஸ் என்கிற நுண்குழாய்கள் வழியாக கைலோ மைக்ரான்ஸ் ரத்த ஓட்டத்துக்குள் அனுப்பப்படுகிறது.

ரத்த ஓட்டத்தில் நீண்ட நேரம் கைலோமைக்ரான்ஸ் தாக்குப் பிடிப்பதில்லை. அடிபோஸ் திசுக்கள், தசைச் செல்கள் மற்றும் இதயத் தசைகள் ஆகியவற்றின் ரத்த நாளங்களில் உள்ள சுவர்களில் காணப்படும் லிப்போபுரோட்டின் லிப்பேஸ் என்கிற நொதி, கைலோமைக்ரான்ஸில் உள்ள டிரைகிளிசரைடை கொழுப்பு அமிலங்களாக உடைக்கிறது.

இந்தக் கொழுப்பு அமிலங்களை, தசைகள் சக்திக்காகப் பயன்படுத்திக்கொள்கின்றன. இல்லையெனில் இது கொழுப்புத் திசுக்களில் உள்ள செல்களால் உறிஞ்சிக்

40

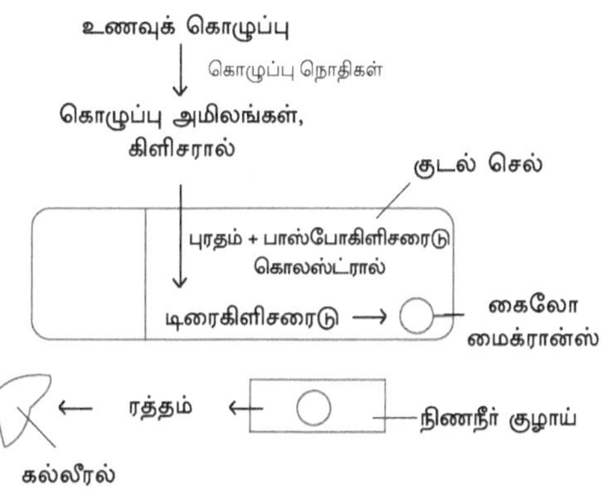

கொழுப்பு உட்கிரகிக்கப்படுதல்

கொள்ளப்படுகிறது. அங்கு மறுபடி டிரைகிளிசரைடு என்கிற பெரிய மூலக்கூறுகளாக மாற்றப்பட்டு சேமித்து வைக்கப் படுகிறது. இப்படி சேமிக்கப்படும் கொழுப்பில் இருந்துதான் தேவைப்படும் காலங்களில் சக்தியைப் பெற்றுக்கொள்கிறது உடல். எஞ்சி நிற்கும் கொலஸ்ட்ரால் அடங்கிய கைலோ மைக்ரானை கல்லீரல் வெளியேற்றிவிடுகிறது.

நம் உடலில் கொழுப்புத் திசுக்கள் எங்கெல்லாம் உள்ளன தெரியுமா? தோலுக்கு அடியில்தான் அதிக அளவு கொழுப்புத் திசுக்கள் உள்ளன. உடலில் சேமித்து வைக்கப்பட்டுள்ள கொழுப்பின் பெரும்பகுதி காணப்படுவது தோலுக்கு அடியில் உள்ள கொழுப்புத் திசுக்களில்தான். இதுதவிர,

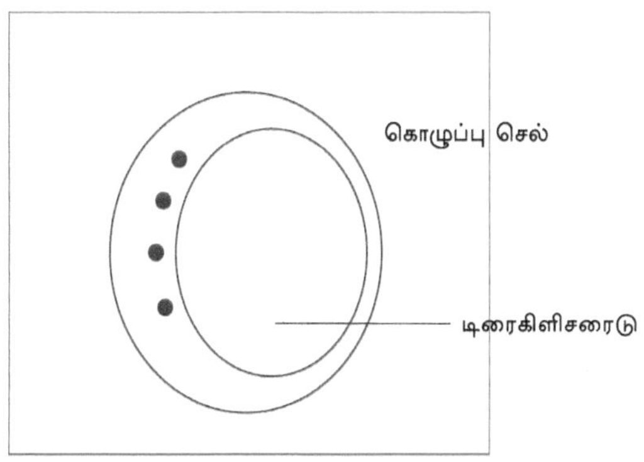

உடல் செல்லில் கொழுப்பு சேமிக்கப்படுதல்

இரண்டு சிறுநீரகங்களின் மேற்புறத்திலும் கொழுப்புத் திசுக்கள் காணப்படுகின்றன. அங்கும் கொழுப்பு சேமிக்கப் படுகிறது.

கொழுப்புத் திசுக்கள் என்பவை கொழுப்புச் செல்களால் ஆனவை. மனித உடலில் பல கோடி கொழுப்புச் செல்கள் உள்ளன.

மேலே சொல்லப்பட்ட இடங்கள் தவிர்த்து கல்லீரலிலும், தசைச் செல்களிலும் சிறிய அளவில் கொழுப்பு சேமித்து வைக்கப்படுகிறது. எந்த இடத்தில் கொழுப்பு சேமிக்கப் படுகிறது என்பது ஒருவரின் பாலினத்தைப் பொறுத்தும் அமையும்.

பெண்களுக்கு மார்பகங்கள், இடுப்பு, புட்டம் ஆகிய பகுதிகளில் உள்ள தோலுக்கடியில் கொழுப்புத் திசுக்கள் அதிகம் உள்ளன. ஆண்களுக்கு மார்பு, வயிறு மற்றும் புட்டத்தில் கொழுப்புத் திசுக்கள் அதிகம் உள்ளன. கொழுப்பு சேமித்து வைக்கப்படும் இடங்கள் இப்படி ஆணுக்கும் பெண்ணுக்கும் வித்தியாசப்படுவதற்குக் காரணம், செக்ஸ் ஹார்மோன்கள்தான்.

பூப்பெய்திய பிறகுதான் பாலினத்துக்கு ஏற்ப கொழுப்பு சேமிக்கப்படும் இடம் மாறுகிறது. உடலில் கொழுப்பு அதிக மாகச் சேரச் சேர கொழுப்புச் செல்களின் எண்ணிக்கையும் அதிகரிக்கும் என்று பலரும் நினைக்கலாம். ஆனால், பூப்பெய்திய பிறகு கொழுப்புச் செல்களின் எண்ணிக்கை அதிகரிப்பதில்லை. மாறாக, அதிகக் கொழுப்பைச் சேமித்து வைத்துக்கொள்ளும் வகையில் கொழுப்புச் செல்களின் அளவு பெரிதாகிவிடுகிறது.

சேமித்து வைக்கப்படும் கொழுப்பில் இருந்து எப்படி சக்தி பெறப்படுகிறது என்பதுதான் உங்களது அடுத்த கேள்வியாக இருக்கும் இல்லையா?

அது ஒரு பெரிய கதை. இதை அடுத்த அத்தியாயத்தில் பார்ப்போமே.

5

சக்தியை சேமிக்கும் கொழுப்பு வங்கி

நாம் சம்பாதிக்கும் பணத்தை வங்கியில் சேமித்து வைக்கிறோம். தேவைப்படும்போது வங்கியில் இருக்கும் ஏதோ ஒரு பேப்பரை மட்டும் பூர்த்தி செய்து வேண்டிய அளவு பணத்தை எடுத்துக் கொள்கிறோம். உடலில் சேமித்துவைக்கப்பட்டு உள்ள கொழுப்பில் இருந்து சக்தியைப் பெறுவது என்பது இவ்வளவு எளிதாக நடக்கிற காரியம் அல்ல. அதன் பின்னணியில் ஏராளமான வேலைகள் நடக்கின்றன. அவற்றைத்தான் இந்த அத்தியா யத்தில் சுருக்கமாகப் பார்க்கப்போகிறோம்.

உணவு மூலமாக கார்போஹைட்ரேட், புரதம், கொழுப்பு ஆகிய சத்துகள் உடலுக்குள் நுழை கின்றன. ஜீரண மண்டலத்தின் உதவியால் குளுக் கோஸாக கார்போஹைட்ரேட்டும், அமினோ அமிலங்களாக புரதமும், கொழுப்பு அமிலங்க ளாகக் கொழுப்பும் மாற்றப்படுகின்றன. குடல் பகுதியில் இவற்றின் இருப்பை உணர்ந்ததும் கணையத்துக்குத் தந்தி அடிக்கப்படுகிறது. உடனே, கணையம் இன்சுலின் என்கிற ஹார்மோனைச் சுரக்கிறது.

இந்த ஹார்மோன்தான் குளுக்கோஸை எரித்து செல்களுக்குத் தேவையான சக்தியை வழங்குகிறது. அதோடு உடலின் பல்வேறு பகுதிகளில் உள்ள செல்களுக்கு, குறிப்பாக கல்லீரல், தசை, கொழுப்புத் திசு ஆகியவற்றில் உள்ள செல்களுக்குச் சில உத்தரவுகளையும் (மூளையின் வழி காட்டுதலின் பேரில்தான்) போடுகிறது.

உடலின் சக்திக்குப் பயன்பட்டது போக மீதம் உள்ள குளுக்கோஸை கிளைக்கோஜென்னாகவும், கொழுப்பு அமிலங்களையும், கிளிசராலையும் சேர்த்து கொழுப்பாக வும், அமினோ அமிலங்களைப் புரதமாகவும் மாற்றிச் சேமித்து வைக்கும்படி உத்தரவுகள் வருகின்றன.

அதேபோல், சேமித்துவைக்கப்பட்டுள்ள கிளைக்கோ ஜென்னை குளுக்கோஸாகவும் கொழுப்பை கொழுப்பு அமிலங்களாகவும், கிளிசரலாகவும், புரதத்தை அமினோ அமிலங்களாகவும் உடைக்க வேண்டாம் என்ற உத்தரவும் சம்பந்தப்பட்ட செல்களுக்குப் போகிறது.

இன்சுலினின் வழிகாட்டுதலின்படிதான் கொழுப்புத் திசுக்களும், கல்லீரலும், லிப்போபுரோட்டின் லிப்பேஸ் என்ற நொதியைச் சுரந்து கொழுப்பு அமிலங்களையும், கிளிசராலையும் கொழுப்பாக மாற்றி சேமித்துவைத்துக் கொள்கின்றன. ஆக, உடலில் உள்ள இன்சுலினின் அளவைப் பொறுத்தே லிப்போபுரோட்டின் லிப்பேஸின் இயக்கம் அமைகிறது. இன்சுலினின் அளவு அதிகமாக இருந்தால் அந்த நொதி துடிப்பாகச் செயல்படும். இன்சுலின் அளவு குறைந்தால் நொதியின் இயக்கமும் குறைந்துவிடும்.

இன்சுலின் அளவு குறைவதால் என்னென்ன நடக்கும் என கொஞ்சம் விரிவாகப் பார்க்கலாம். நாம் சாப்பிடவில்லை என்றால் உடலில் சத்துகள் சேராது. குடலில் எந்தச் சத்துகளும் இல்லை என்பதால் இன்சுலின் சுரப்பு நிகழாது. உணவை எடுத்துக்கொள்ளாததால் குளுக்கோஸ் சத்து எரிக்கப்பட்டு சக்தியைத் தரும் வேலை நடக்காது. ஆனால், நாம் தொடர்ந்து இயங்கிக் கொண்டிருப்பதால் நமக்கு சக்தி தேவை.

இந்தச் சக்தியை எங்கிருந்து பெறுவது? நமது வங்கிக் கணக்கில் பணம் இல்லையெனில் என்ன செய்வோம்?

அப்பா, அம்மா, அண்ணன் என வீட்டில் உள்ளவர்களிடம் கடன் வாங்குவோம் இல்லையா? உடலும் அதைத்தான் செய்கிறது.

சாப்பிடாத சமயங்களிலும், உடற்பயிற்சியின்போதும் உள்ளிருக்கும் சேமிப்பில் இருந்துதான் சக்தியைப் பெற்றுக் கொள்கிறது உடல். இதற்குக் கணையத்தில் இருந்து சுரக்கும் குளுக்காகான், அட்ரீனல் சுரப்பி சுரக்கும் எபிநெஃப்ரைன் போன்ற பல ஹார்மோன்கள் உதவி செய்கின்றன.

சக்தி சப்ளைக்காக முதலில் உதவிக்கு வருவது கல்லீரலில் சேமித்து வைக்கப்பட்டுள்ள கிளைக்கோஜன்தான். இது குளுக்கோஸாக மாற்றப்பட்டு சக்தியைத் தருகிறது. உடலின் சக்தித் தேவையை கிளைக்கோஜென்னாலும் பூர்த்தி செய்ய முடியாத நிலையில், சேமித்து வைக்கப்பட்ட கொழுப்பு உதவிக்கு வருகிறது.

கொழுப்பில் இருந்து சக்தி பெறுவதற்காக, புரிந்து கொள்ளக் கடினமான பல இயக்கங்கள் உடலுக்குள் நடக்கின்றன. முதலில், கொழுப்புச் செல்களில் உள்ள கொழுப்பு, கொழுப்பு அமிலங்களாகவும் கிளிசராலாகவும் உடைக்கப்படுகிறது. இதற்கு லிப்போலைசிஸ் (Lipolysis) என்று பெயர். இதற்கு லிப்பேஸ் நொதியும், பல ஹார்மோன்களும் உதவியாக இருக்கின்றன. இப்படி உடைக்கப்பட்ட கொழுப்பு அமிலங்கள் ரத்த ஓட்டத்துக்கு அனுப்பப்படுகின்றன.

ரத்த ஓட்டத்தில் இருந்து தசைச் செல்களுக்கு சக்திக்காக கொழுப்பு அனுப்பி வைக்கப்பட வேண்டும். சேமித்து வைக்கப்பட்டுள்ள நிலையில் கொழுப்பு அமிலங்களின் இயக்கம் முடங்கிப்போயிருக்கும்தானே. எனவே, அவற்றின் இயக்கத்துக்கு உயிர்கொடுக்கும் வேலை முதலில் நடக்கிறது. இதை ஆங்கிலத்தில் ஆக்டிவேஷன் (Activation) என்கிறார்கள்.

ஆக்டிவேட் செய்யப்பட்ட பிறகே தசைச் செல்களுக்கு கொழுப்பு அமிலங்கள் அனுப்பப்படுகின்றன. இந்த இரண்டு நடைமுறைகளும் Fatty Acyl-CoA Synthetase என்கிற நொதியின் உதவியோடு நிகழ்கின்றன.

தசைச் செல்களின் சவ்வின் வழியே கொழுப்பு அமிலங்கள் தானாக ஊடுருவிப் போகமுடியாது. சவ்வில் இருந்து உற்பத்தியாகும் நொதியின் மூலமாகவே கொழுப்பு அமிலங்கள் ஊடுருவிச் செல்கின்றன. ஒவ்வொரு தசைச் செல்லிலும் மைட்டோகான்ட்ரியா என்கிற மையப்பகுதி ஒன்று உண்டு. இதுதான் செல்லின் சக்தி மையம் எனலாம்.

இந்த மைட்டோகான்ட்ரியா பகுதிக்குத்தான் கொழுப்பு அமிலங்கள் வந்து சேர்கின்றன. இங்கு பீட்டா ஆக்ஸி டேஷன் என்கிற முக்கியமான வேலை நடைபெறுகிறது. ஒவ்வொரு முறை கொழுப்பு அமிலங்கள் ஆக்ஸிடேஷனுக்கு உட்படுத்தப்படும்போதும் அஸிட்டைல் கோ-ஏ என்ற பொருளும், வேறு சில பொருள்களும் உற்பத்தியாகின்றன.

இவற்றில் அஸிட்டைல் கோ-ஏ என்ற பொருள் 'சிட்ரிக்' அமில சுழற்சிப் பாதைக்கு சென்று மீண்டும் ஆக்ஸிடேஷ னுக்கு உட்படுத்தப்பட்டு சக்தி பெறப்படுகிறது. அதோடு அஸிட்டைல் கோ-ஏவும், ஏற்கெனவே உற்பத்தியான பொருள்களும் இணைந்து அஸிட்டைல் டிரை பாஸ்பேட் (ATPs) என்கிற பொருளாக மாற்றப்படுகின்றன. இதில் இருந்து செல்களுக்கு தேவையான சக்தி பெறப்படுகிறது.

சமயங்களில் கொழுப்பு அமிலங்களின் ஆக்ஸிடேஷன் அதிகமாக நடைபெறும்போது அதிக அளவு அஸிட்டைல் கோ-ஏ உற்பத்தியாகிவிடுகிறது. இவை அனைத்தையும் சக்தியாக மாற்றக்கூடிய ஆற்றல் சிட்ரிக் அமில சுழற்சிப் பாதைக்கு இல்லை. இதன்விளைவாக, கீட்டோன் பாடிஸ் எனப்படுகிற பொருள்கள் உற்பத்தியாகின்றன. இந்தப் பொருள்களின் உற்பத்தியை கீட்டோஜெனிசிஸ் என்கிறார்கள்.

'பீட்டா ஹைட்ராக்ஸிபியூட்ரேட்', 'அஸிட்டோஅசிட்டேட்' 'அஸிட்டோன்' ஆகிய மூன்று பொருள்களும் சேர்ந்துதான் 'கீட்டோன் பொருள்கள்' என்று அழைக்கப்படுகின்றன.

சாப்பிடாத சமயங்களில் உடலில் குளுக்கோஸ் சத்து மிகக் குறைவாகவே இருக்கும். அதன்விளைவாக, சேமிப்பில் உள்ள கொழுப்பு, கொழுப்பு அமிலங்களாக மாற்றப்பட்டு அதிக அளவு ஆக்ஸிடேஷனுக்கு ஆட்படுத்தப்படும்.

இதனால் உருவாகும் கீட்டோன் பொருள்கள் மூலமாகவே உடலில் உள்ள திசுக்களுக்கு சக்தி கிடைக்கும்.

நாம் பட்டினியாக இருக்கும் ஆரம்ப காலங்களில் இந்தக் கீட்டோன் பொருள்களில் இருந்துதான் இதயமும், எலும்பு மண்டலத்தில் உள்ள தசைச் செல்களும் தேவையான சக்தியைப் பெறுகின்றன. எஞ்சியிருக்கும் குளுக்கோஸை மூளை பயன்படுத்திக்கொள்ளட்டும் என்பதற்காகவே இந்த ஏற்பாடு. நீண்டகாலமாக பட்டினியாக இருக்கும்போதும் கீட்டோன் பொருள்களில் இருந்துதான் சக்தி பெறப் படுகிறது.

போதும். இதற்கு மேலும் இந்த விஷயத்தில் ஆழ்ந்துபோவது உங்களை மண்டையைக் காயவைக்கக்கூடும். சக்தியைச் சேமிக்கும் கிடங்காகவும், தேவைப்படும் சமயத்தில் சக்தியைச் சப்ளை செய்யும் மையமாகவும் கொழுப்பு செயல்படுகிற விதத்தைத்தான் மேலே சொல்லப்பட்ட தகவல்களில் இருந்து நீங்கள் புரிந்துகொள்ள வேண்டும்.

கொழுப்பு, சக்தியைச் சேமித்து வைத்துக்கொள்கிறது; தேவைப்படும்போது சக்தியைச் சப்ளை செய்கிறது எல்லாம் சரிதான். நமது உடலுக்கு எவ்வளவு கொழுப்புச் சத்து தேவை என்பதையும் தெரிந்துகொள்ள வேண்டும் இல்லையா? அதையும் இந்த அத்தியாயத்திலேயே பார்த்துவிடுவோம்.

உடலுக்குத் தேவைப்படும் கொழுப்பின் அளவு

கொழுப்பும் மிக முக்கியமான சத்துப்பொருள் என்பதால், உணவு மூலமாகக் குறிப்பிட்ட அளவில் அது நமக்குக் கிடைக்க வேண்டும். ஆனால், எல்லோருக்கும் ஒரே அளவில் கொழுப்புச் சத்து தேவைப்படுவதில்லை.

பிறந்த குழந்தைகளுக்கு ஒரு கிலோ எடைக்கு சுமார் 5 முதல் 7 கிராம் என்ற அளவில் கொழுப்புச் சத்து தேவைப்படும். சிறுவர்களுக்கு (3 வயது முதல் 12 வயது வரை உள்ளவர்கள்) சுமார் 20 முதல் 50 கிராம் வரை கொழுப்புச் சத்தும் தினமும் தேவைப்படும்.

13 வயது முதல் 19 வயது வரை உள்ள விடலைப் பருவத்தினருக்கு தினமும் 30 முதல் 70 கிராம் வரை

கொழுப்புச் சத்து தேவைப்படும். பெரியவர்களுக்கு 20 முதல் 60 கிராம் வரை கொழுப்புச் சத்து அவர்களின் உழைப்பைப் பொறுத்துத் தேவைப்படும். தினமும் சுமார் 15 கிராம் அவசியமான கொழுப்பு அமிலங்கள் பெரியவர்களுக்குத் தேவைப்படும்.

நமக்கு தினந்தோறும் தேவைப்படும் சக்தியில் 30 சதவீதம், கொழுப்பு உணவுகளில் இருந்து கிடைக்க வேண்டும். அவற்றில், பூரிதமான கொழுப்பு மூன்றில் ஒரு பங்கைவிடக் குறைவாகவும், மீதம் உள்ளது பூரிதமாகாத கொழுப்பில் இருந்தும் கிடைக்குமாறு பார்த்துக்கொள்ள வேண்டும்.

இன்னும் தெளிவாகச் சொல்ல வேண்டுமெனில் 30 சதவீத கொழுப்பில், பூரிதமான கொழுப்பு 7 சதவீதத்துக்குக் குறைவாக இருக்க வேண்டும். பல பூரிதமாகாத கொழுப்பு அமிலங்கள் 10 சதவீதத்துக்குக் குறைவாகவும், ஒற்றை பூரிதமாகாத கொழுப்பு அமிலங்கள் 13 சதவீதத்துக்குக் குறைவாகவும் இருக்க வேண்டும்.

தினமும் தேவைப்படும் கொலஸ்ட்ராலின் அளவு ஒரு டெசிலிட்டருக்கு 200 மி.கிராமுக்கும் குறைவாக இருக்க வேண்டும்.

6

கொலஸ்ட்ராலும் அதன் கூட்டாளியும்

உணவில் உள்ள கொழுப்புச் சத்து, அதன் வகைகள், அவற்றை உடல் எப்படி ஜீரணித்து உட்கிரகித்துக் கொள்கிறது ஆகியவற்றைப் பற்றி எல்லாம் இதுவரை பார்த்தோம். இனி கொலஸ்ட்ரால் பற்றி கொஞ்சம் பேசலாம்.

கொலஸ்ட்ரால் என்பது வெள்ளை நிறம் கொண்ட, மெழுகு போன்ற, கொழுப்பு வகையைச் சேர்ந்த ஒரு பொருள். நான் முதல் அத்தியாயத்தில் குறிப் பிட்டதுபோல், கொலஸ்ட்ரால் நம் உடலுக்கு அத்தியாவசியமான ஓர் ஊட்டச்சத்து. உடல் அணுக் களின் வடிவத்துக்கும், அமைப்புக்கும் இன்றியமை யாதது. பித்த நீர் உற்பத்திக்கும், ஈஸ்ட்ரோஜென், புரொஜெஸ்டிரான், டெஸ்டோஸ்டிரான் ஆகிய ஹார்மோன்களின் உற்பத்திக்கும் கொலஸ்ட்ரால் தேவைப்படுகிறது.

நமது உடல் செல்களைச் சுற்றியுள்ள சவ்வின் ஆரோக்கியத்துக்கு இது மிக அவசியமானது. இயற்கையான நிலையில் கொலஸ்ட்ரால் மிக நல்லது. ஃப்ரீ ரேடிகல் டேமேஜ் (Free Radical

Damage) என்கிற நிகழ்வால் செல்கள் முற்றிலுமாகச் சேதம் அடைவதை இது தடுக்கிறது. ஒருவேளை கொலஸ்ட்ராலின் அளவு குறைவாக இருந்தால் செல்கள் முழுமையாகச் சேதமடைந்து புற்றுநோய் போன்ற பாதிப்புகள் ஏற்பட வாய்ப்பு இருக்கிறது.

ரத்தத்தில் கொலஸ்ட்ரால் மற்றும் டிரைகிளிசரைடு ஆகிய இரண்டு நிலைகளில் கொழுப்புச் சத்து காணப்படுகிறது. இவை இரண்டுமே கல்லீரலாலும் தயாரிக்கப்படுகின்றன. உணவின் மூலமாகவும் பெறப்படுகின்றன.

உணவின் மூலமாகக் கிடைக்கும் கொலஸ்ட்ரால், டிரை கிளிசரைடு இரண்டும் கைலோமைக்ரான் என்கிற கொழுப்புப் புரத உறை சுற்றப்பட்டு சக்திக்காகப் பயன் படுத்தப்படுவது பற்றியும், தேவைக்கு மிஞ்சியவை கொழுப்புத் திசுக்களில் சேமித்து வைக்கப்படுவது பற்றியும், எஞ்சியவை கல்லீரல் மூலமாக வெளியேற்றப்படுவதையும் முந்தைய அத்தியாயத்தில் பார்த்தோம்.

கொலஸ்ட்ராலை வெளியேற்றுவது மட்டும் கல்லீரலின் வேலை அல்ல. தேவைப்படும் சமயங்களில் கொலஸ்ட் ராலையும், டிரைகிளிசரைடையும் உற்பத்தி செய்து ரத்த ஓட்டத்துக்கு அனுப்பிவைக்கிற வேலையையும் கல்லீரல் செய்கிறது. நாம் சாப்பிடுவதற்கு இடைப்பட்ட காலத்தில் இந்த வேலையைச் செய்கிறது கல்லீரல்.

கொழுப்புச் சத்து ரத்தத்தில் கரைவதில்லை. எனவே, ரத்தத்தில் செல்ல கொலஸ்ட்ராலுக்கு ஒரு வாகனம் தேவை. லிப்போபுரோட்டின் (Lipoprotein) என்கிற பொருள்தான் கொலஸ்ட்ராலை ரத்தத்தில் எடுத்துச் செல்லும் வாகனமாகப் பயன்படுகிறது.இந்த லிபோபுரோட்டினும் ரத்தத்தில் இருக்கும் கொலஸ்ட்ராலுக்கு ஏற்ப கல்லீரலால் தயாரிக்கப் படுகிறது.

கொழுப்புப் புரதத்தோடு கொலஸ்ட்ரால் சேரவில்லை என்றால் அது ரத்தத்தில் திடப்பொருளாக மாறிவிடும். இதனால், அவற்றின் பணிகளைச் சரி வரச் செய்யமுடியாமல் உடலின் ஆரோக்கியம் கெடும். லிப்போபுரோட்டின் மூலமாகவே கொழுப்புச் சத்து உடலின் பல்வேறு பகுதி களுக்கும் திசுக்களுக்கும் சென்று சேர்கிறது.

லிப்போபுரோட்டினில் நான்கு வகைகள் உண்டு.

★ கைலோமைக்ரான் (Chylomicron)

★ மிகக் குறைந்த அடர்த்தி உள்ள கொழுப்புப் புரதம் (Very Low Density Lipoprotein - VLDL)

★ குறைந்த அடர்த்தி உள்ள கொழுப்புப் புரதம் (Low Density Lipoprotein - LDL)

★ அதிக அடர்த்தி உள்ள கொழுப்புப் புரதம் (High density lipoprotein - HDL)

இவற்றில் கைலோமைக்ரான் பற்றி ஏற்கெனவே சொல்லி இருக்கிறேன். மற்றவற்றைப் பற்றி இங்கு பார்ப்போம்.

கல்லீரலால் ரத்தத்தில் உற்பத்தி செய்யப்படும் கொலஸ்ட்ரால், மிகக் குறைந்த அடர்த்தி உள்ள கொழுப்புப் புரதத்தோடு (விஎல்டிஎல்) சேர்ந்து விஎல்டிஎல் கொலஸ்ட்ராலாக மாறுகிறது (அல்லது அதிக அடர்த்தி உள்ள கொழுப்புப் புரதத்தோடு சேர்ந்து ஹெச்டிஎல் கொலஸ்ட்ராலாக மாறும்). விஎல்டிஎல் கொலஸ்ட்ரால் ரத்தத்தில் வளர்சிதை மாற்றத் துக்கு உள்ளாகி குறைந்த அடர்த்தி உள்ள (எல்டிஎல்) கொலஸ்ட்ராலை உற்பத்தி செய்கிறது.

விஎல்டிஎல் கொலஸ்ட்ராலில் சிறிதளவே புரதம் சேர்ந் திருக்கும். இந்தக் கொலஸ்ட்ரால் கல்லீரலில் இருந்து டிரைகிளிசரைடு கொழுப்புச் சத்தை உடலின் பல பகுதிகளுக்கும் திசுக்களுக்கும் கொண்டுபோகும் பணியைச் செய்கிறது.

எல்டிஎல் அல்லது குறைந்த அடர்த்தி உள்ள கொலஸ்ட்ரால், ரத்த பிளாஸ்மாவில் உள்ள புரதத்தோடு சேர்ந்து உடலின் பல்வேறு பகுதிகளுக்கும் செல்கிறது. விஎல்டிஎல் கொலஸ்ட்ராலைவிட இதில் புரதம் சற்று அதிகமாக இருக்கும். ரத்தத்தில் உள்ள மொத்த கொலஸ்ட்ராலில் இது ஒரு பங்கு வகிக்கிறது. கல்லீரலில் உள்ள கொலஸ்ட்ராலை செல்களுக்குக் கொண்டுசெல்கிறது எல்டிஎல்.

இதுதான் 'கெட்ட' கொலஸ்ட்ரால் எனக் கருதப்படுகிறது. ஏனெனில் அது செய்கிற காரியம் அப்படி.

உணவு மூலம் கிடைக்கும் கொழுப்புப் படிவம் மற்றும் டிரைகிளிசரைடுகள்

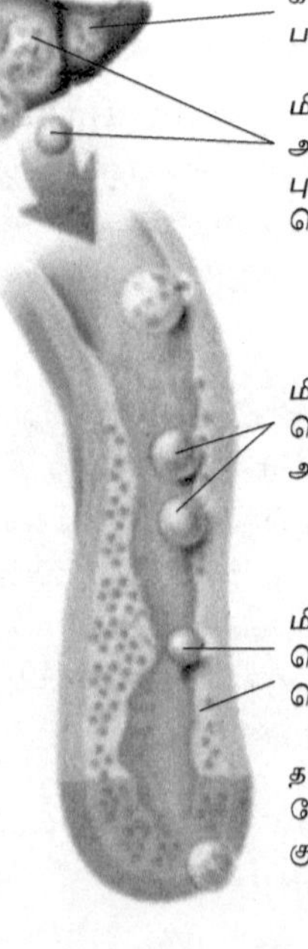

கொழுப்புப் படிவமும் கல்லீரலில் உற்பத்தியாகிறது

மிகக் குறைந்த அடர்வு கொழுப்புப் புரதம் மற்றும் உயர் அடர்வு கொழுப்புப் புரதத்தை கல்லீரல் உற்பத்தி செய்கிறது

மிகக் குறைந்த அடர்வு கொழுப்புப் புரதம் மற்றும் உயர் அடர்வு கொழுப்புப் புரதம், ரத்த ஓட்டத்தைச் சென்றடைகின்றன.

மிகக் குறைந்த அடர்வு கொழுப்புப் புரதம், திசுக்களுக்கு டிரைகிளிசரைடுகளை அளித்தபின் குறைந்த அடர்வு கொழுப்புப் புரதமாக மாறுகிறது

குறைந்த அடர்வு கொழுப்புப் புரதம், திசுக்களுக்கு கொழுப்புப் படிவங்களை அளிக்கிறது

உயர் அடர்வு கொழுப்புப் புரதம், கூடுதலாக உள்ள கொழுப்புப் படிவங்களை சேகரித்து, மறுசுழற்சிக்காக மீண்டும் அதைக் கல்லீரலுக்கு திருப்பி அனுப்புகிறது

தமனியின் சுவர்கள் வழுவழுப்பாகவும், வளைந்து கொடுக்கும் தன்மை கொண்டவையாகவும், திறந்தும் காணப்படுகின்றன

உணவின் மூலம் பெறப்படும் மிக அதிக அளவிலான கொழுப்புப் படிவங்கள் மற்றும் டிரைகிளிசரைடுகள்

கல்லீரல் அளவுக்கு அதிகமாக கொழுப்புப் படிவங்களை உருவாக்கக்கூடும்

மிகக் குறைந்த அடர்வு கொழுப்புப் புரதத்தை மிக அதிகமாகவும் மற்றும் உயர் அடர்வு கொழுப்புப் புரதத்தை மிகக் குறைவாகவும் கல்லீரல் உற்பத்தி செய்கிறது

மிக அதிக அளவிலான குறைந்த அடர்வு கொழுப்புப் புரதம், மிக அதிக கொழுப்பை அளிக்கிறது

மிகக் குறைந்த அளவிலான உயர் அடர்வு கொழுப்புப் புரதத்தால் அதிகப்படியான கொழுப்பை எடுத்துச் செல்ல முடியாது

தமனியின் சுவர்களில் கொழுப்புப் படிவங்கள் சேர்ந்து, படிமமாக உருவாகி, தமனியை குறுகலாக்கிவிடும்

கல்லீரலில் உற்பத்தியாகும் கொலஸ்ட்ரால், உணவின் மூலமாகக் கிடைக்கும் கொலஸ்ட்ரால் ஆகிய இரண்டும் இணைந்து, உடலின் ஒட்டுமொத்த கொலஸ்ட்ராலின் அளவு சமயங்களில் அதிகமாகிவிடும். இதன் விளைவாக எல்டிஎல் கொலஸ்ட்ரால் அதிக அளவில் உற்பத்தியாகும்.

ரத்தத்தில் கொலஸ்ட்ராலைச் சுமந்து செல்லும் எல்டிஎல் கொழுப்புப் புரதம் போகிறபோக்கில் ரத்த நாளங்களின் சுவர்களில் இந்த அதிகப்படியான கொலஸ்ட்ராலைப் படிய வைத்துவிடுகிறது. இதற்குக் 'கொலஸ்ட்ரால் பிளேக்' என்று பெயர்.

தொடர்சியாக இப்படி கொலஸ்ட்ரால் படிந்துகொண்டே வருவதால், ரத்த நாளங்களின் சுவர்கள் தடித்துப்போய், நாளங்கள் குறுகலாகிவிடுகின்றன. இந்த நிலையை அதரோஸ்கிளிரோசிஸ் (Atherosclerosis) என்கிறார்கள். இதயத்துக்குச் செல்லும் ரத்த நாளங்களில் இத்தகைய கொழுப்புப் படிவம் படிந்துவிட்டது என்றால் என்னாகும்? இதயத்துக்கு ரத்தத்தை எடுத்துச்செல்லும் ரத்தக் குழாய்களின் சுற்றளவு குறுகி ரத்த ஓட்டம் பாதிக்கப்படும். இதனால், இயல்பான அளவிலும், வேகத்திலும் இதயத்துக்கு ரத்தம் போய்ச் சேராது.

நாம் உயிர் வாழத் தேவையான ஆக்சிஜனை ரத்தம்தான் உடலின் அனைத்துப் பகுதிகளுக்கும் கொண்டுசெல்கிறது. அந்தவகையில் இதயத்தின் ஆரோக்கியத்துக்கும் ஆக்சிஜன் அவசியம் தேவை. ரத்த ஓட்டம் பாதிக்கப்படுவதன் காரணமாக, போதுமான அளவு ஆக்சிஜன் இதயத்துக்குக் கிடைக்காது. இதனால், ஆஞ்சைனா எனப்படும் நெஞ்சு வலி ஏற்படுகிறது. மேலும், இதயம் தொடர்பான பல்வேறு நோய்கள் உண்டாவதற்கும் இது காரணமாகிவிடுகிறது. ரத்தக் குழாய்களின் சுற்றளவு மிகவும் குறுகி ரத்த ஓட்டம் முழுமையாகத் தடைபடும்போது மாரடைப்பு ஏற்பட்டு, சமயங்களில் மரணம்கூட நேர்கிறது.

இதுபோன்றே, மூளைக்குச் செல்லும் ரத்த நாளங்களில் கொழுப்பு படிவதால் ரத்த ஓட்டம் தடைபட்டு பக்கவாதம் போன்ற பிரச்னைகள் உருவாகின்றன. சிறுநீரகம், நுரையீரல் என எந்தெந்த உறுப்புகளின் ரத்தக் குழாய்களில் கொழுப்பு

அதிகமாகப் படிந்து ரத்த ஓட்டத்தைப் பாதிக்கிறதோ அந்த உறுப்புகள் எல்லாம் பாதிக்கப்படுகின்றன.

எல்டிஎல் கொலஸ்ட்ரால் வில்லன் என்றால் ஹெச்டிஎல் கொலஸ்ட்ரால்தான் ஹீரோ. 'கெட்ட' கொலஸ்ட்ராலின் சதி வேலையை முறியடிப்பதே இதன் வேலை. இந்தக் கொலஸ்ட்ரால் உடலில் உள்ள மொத்தக் கொலஸ்ட்ராலில் மூன்றில் ஒரு பகுதி இருக்கும்.

ஹெச்டிஎல் கொலஸ்ட்ரால், ரத்தத்தில் உள்ள கொலஸ்ட்ராலை கல்லீரலுக்குக் கொண்டு செல்லும். இதன்மூலம், ரத்தத்தில் இருக்கும் கொலஸ்ட்ராலின் அளவைக் குறைக்க உதவுகிறது. மேலும், ரத்த நாளங்களின் சுவர்களில் படிந்திருக்கும் கொலஸ்ட்ரால் படிவத்தைச் சுரண்டி எடுத்து கல்லீரலின் வழியாக குப்பை சொல்லி வெளியேற்றும் நல்ல வேலையை ஹெச்டிஎல் கொலஸ்ட்ரால்தான் செய்கிறது. இப்படிச் செய்வதன் மூலம் அதரோஸ்கிளிரோசிஸ் பிரச்னையும் மற்ற இதயப் பிரச்னைகளும் ஏற்படாமல் தடுக்கிறது. இதனால்தான் இதை ரொம்ப நல்லவன் என்கிறார்கள்.

மேலே சொன்ன தகவல்களில் இருந்து ஒன்று உங்களுக்கு நிச்சயமாகப் புரிந்திருக்கும். வில்லனான எல்டிஎல் கொலஸ்ட்ரால் ரத்தத்தில் அதிக அளவில் இருந்தால் ஆபத்து தான். அதன் காரணமாக, பல்வேறு இதய நோய்களால் தாக்கப்படும் வாய்ப்பு கண்டிப்பாக அதிகரிக்கும். ஹெச்டிஎல் கொலஸ்ட்ரால் அதிகமாக இருந்தால் இதய நோய்கள் ஏற்படுவதற்கான வாய்ப்பு குறையும். ஆக, நம் உடலில் உள்ள எல்டிஎல் கொலஸ்ட்ராலின் அளவைக் குறைத்தாலே மாரடைப்பு, அதரோஸ்கிளிரோசிஸ் போன்ற பிரச்னைகள் ஏற்படாமல் பெருமளவு தடுக்க முடியும்.

ரத்தத்தில் உள்ள எல்டிஎல் கொலஸ்ட்ராலின் அளவைத் தீர்மானிக்கும் சிறப்பு சிஸ்டம் நமது உடலில் இயற்கையாகவே அமைந்துள்ளது. நான் முன்னரே குறிப்பிட்டதுபோல் ரத்தத்தில் எல்டிஎல் கொலஸ்ட்ராலை உற்பத்தி செய்வது மட்டும் கல்லீரலின் வேலை அல்ல. அதை ரத்தத்தில் இருந்து நீக்குவதும் கல்லீரலின் பொறுப்புதான். கல்லீரல் செல்களின் மேற்புறத்தில் உள்ள சிறப்புப் புரதங்களான எல்டிஎல் ரிசப்டார்ஸ் மூலமாகவே இந்த வேலை நடக்கிறது.

இந்த ரிசப்டார்கள், ரத்தத்தில் இருக்கும் எல்டிஎல் கொலஸ்ட் ராலின் மூலக்கூறுகளைப் பிரித்து கல்லீரலுக்கு பார்சல் கட்டி அனுப்பிவைத்துவிடுகின்றன. இதனால், ரத்தத்தில் எல்டிஎல் கொலஸ்ட்ராலின் அளவு குறைகிறது. ரிசப்டார்களின் எண்ணிக்கை அதிகமாக இருந்தால் எல்டிஎல்லும் வேகமாக வெளியேற்றப்படும். அதன் அளவும் வேகமாகக் குறையும். இந்த ரிசப்டார்களின் எண்ணிக்கை குறைவாக இருந்தால் எல்டிஎல் கொலஸ்ட்ராலின் அளவு அதிகரிக்கும்.

எல்டிஎல் கொலஸ்ட்ரால் என்றில்லை; உடலில் உள்ள ஒட்டுமொத்த கொலஸ்ட்ராலையும் ஒரே அளவில் சீராக வைத்திருக்கவும், எல்டிஎல், விஎல்டிஎல், ஹெச்டிஎல் ஆகியவற்றின் இடையே சமநிலையைப் பராமரிக்கவும் நமது உடலில் தனி அமைப்பு இயங்கி வருகிறது.

ஒட்டுமொத்த கொலஸ்ட்ரால் என்பது என்ன? எல்டிஎல், ஹெச்டிஎல், விஎல்டிஎல் ஆகியவற்றின் அளவை எல்லாம் கூட்டினால் வருவதுதான் ஒட்டுமொத்த கொலஸ்ட்ராலின் அளவு.

உணவு மூலமாக கொலஸ்ட்ரால் அதிகமாகச் சேரும் சமயங்களில், கல்லீரலில் உற்பத்தியாகும் கொலஸ்ட்ராலின் அளவைக் குறைத்துவிடுகிறது இந்த அமைப்பு. ஃப்ரீ ரேடிகல் டேமேஜ் என்கிற சேதாரம் ஏற்படாமல் தடுக்க கொலஸ்ட்ரால் பயன்படுகிறது என ஏற்கெனவே சொல்லியிருக்கிறேன்.

சமயங்களில் அத்தகைய சேதாரம் ஏற்படுவதற்கான வாய்ப்பு அதிகரிக்கும்போது, கல்லீரலில் அதிக அளவு கொலஸ்ட்ரால் உற்பத்தியாகி, சேதாரத்துக்கான ஆயத்தங்களை முறியடித்து விடுகிறது. இந்த வகையில் ரத்தத்தில் உள்ள கொலஸ்ட்ரால் ஒரே சீரான அளவில் பராமரிக்கப்படுகிறது.

ஃப்ரீ ரேடிகல் சேதாரத்தை முறியடிப்பதற்காக கல்லீரல் உற்பத்தி செய்யும் கொலஸ்ட்ரால், எல்டிஎல் கொலஸ்ட் ராலாகவும், அப்போலிப்போ புரோட்டினாகவும் (Lp(a)) மாற்றப்படுகிறது. ரத்தத்தில் இருக்கும் பிளாஸ்மா லிப்போ புரோட்டின்களில் இதுவும் ஒரு வகை. அப்போலிப்போ புரோட்டினில் பல வகைகள் இருக்கின்றன.

புரதத்தால் ஆன இவை, மிக நுண்ணியமானவை. குடலால் உட்கிரகிக்கப்படும் கொழுப்புச் சத்து, குடலில் இருந்து கல்லீரலுக்குச் செல்லவும், கல்லீரலில் உற்பத்தியாகும் கொழுப்பு உடலின் பல்வேறு திசுக்களுக்குச் செல்லவும் இந்த வகை லிப்போபுரோட்டின்கள் பயன்படுகின்றன. மேலும், கொழுப்புச் சத்து, தசைகள், இதயம், நுரையீரல் ஆகிய உறுப்புகளில் வளர்சிதை மாற்றம் அடையவும் இவை உதவுகின்றன.

தாய்ப்பாலில் கொழுப்புச் சத்து சேர்ந்து வெளிப்படவும் அப்போலிப்போ புரோட்டின்கள் உதவுகின்றன. கொழுப் பின் கரையாத பண்பை மாற்றவும் உதவுகின்றன.

மேலும், உடலில் நடைபெறும் முக்கிய வினைகளில் நொதி களுக்குத் துணை புரியும் பண்பையும் இவை பெற்றிருக் கின்றன. ரத்தத்தில் 'லிப்போ புரோட்டின்களின்' வளர்சிதை மாற்றத்துக்கும் இவை உதவுகின்றன.

அப்போலிப்போ புரோட்டினில் உள்ள பல வகைகளைப் பார்ப்போமா?

அப்போலிப்போ புரோட்டின் - A:

Apo - A I, Apo - A II, Apo - A IV, Apo - A V ஆகியவை இதன் உள்பிரிவுகள்.

அப்போலிப்போ புரோட்டின்- B:

Apo B - 48, Apo - B 100 ஆகிய பிரிவுகள் உள்ளன.

அப்போலிப்போ புரோட்டின் - C:

Apo C - I, Apo C - II, Apo C - III, Apo C - IV ஆகிய பிரிவுகள் அடங்கியிருக்கின்றன.

மேலும், அப்போலிப்போ புரோட்டின் D, அப்போலிப்போ புரோட்டின் E, அப்போலிப்போ புரோட்டின் H, அப்போலிப்போ புரோட்டின் J ஆகியவற்றையும் முக்கியமாகக் குறிப்பிட வேண்டும்.

எல்டிஎல் கொலஸ்ட்ரால் வில்லன் என்றால் அப்போ லிப்போ புரோட்டின் வில்லாதி வில்லன். இந்த வகைக்

கொழுப்புப் புரதத்தால் பல பயன்கள் இருந்தாலும், ரத்த நாளங்களில் கொழுப்புப் படிவத்தை விரைவிலேயே ஏற்படுத்தி அவற்றின் சேதாரத்தைத் துரிதப்படுத்திவிடுகிறது. எனவேதான் இதுவும் வில்லனாகக் கருதப்படுகிறது.

இந்த அத்தியாயத்தில், லிப்போ புரோட்டின்கள், கொலஸ்ட்ரால், ரத்தத்தில் அதன் அளவைக் கட்டுப்படுத்தும் அமைப்பு ஆகியவற்றைப் பற்றி விரிவாகச் சொன்னேன். என்னதான் உடலுக்குள் கட்டுப்பாட்டு அமைப்பு இருந்தாலும் பல காரணிகள் ரத்தத்தில் உள்ள கொலஸ்ட்ராலின் அளவை அதிகரித்துவிடுகின்றன. அந்தக் காரணிகள் பற்றி அடுத்த அத்தியாயத்தில் பார்க்கலாம்.

7

எல்லை தாண்டும் கொலஸ்ட்ரால்

ரத்தத்தில் கொலஸ்ட்ரால் எந்த அளவு இருக்க வேண்டும்? இந்தக் கேள்விக்கான பதிலை முதலில் தெரிந்துகொள்வோம். கொலஸ்ட்ராலை அதிகப் படுத்தும் காரணிகள் பற்றி அடுத்ததாகப் பார்க்கலாம்.

ஒட்டுமொத்த கொலஸ்ட்ரால், ஹெச்டிஎல், எல்டிஎல், விஎல்டிஎல் ஆகிய ஒவ்வொன்றும் ரத்தத்தில் ஒரு குறிப்பிட்ட அளவில்தான் இருக்க வேண்டும். மருத்துவர்கள் அவற்றுக்கான அளவு களைத் தெளிவாகத் தந்திருக்கிறார்கள்.

அதேபோல், வயதைப் பொறுத்து எவ்வளவு கொலஸ்ட்ரால் தேவைப்படும் என்பதையும் குறிப்பிட்டிருக்கிறார்கள். அந்த அளவீடுகள் இதோ:

வெவ்வேறு பருவத்தில் கொலஸ்ட்ராலின் அளவுகள்

பிறந்த
குழந்தைகளுக்கு   : 68-80 மி.கி./ டெசிலிட்டர்

ஒரு வயதில்   : 160 மி.கி. / டெசிலிட்டர்

விடலைப் பருவம்
வரை				: 160 மி.கி. / டெசிலிட்டர்

பருவமடைந்த
வயதில்			: 200 மி.கி. / டெசிலிட்டர் வரை

இரண்டுவிதமான அளவுகோல்களைக் கொண்டு ரத்தத்தில் உள்ள கொலஸ்ட்ராலின் அளவு கணக்கிடப்படுகிறது. முதல் அளவுகோல், எடையை அடிப்படையாகக் கொண்டது. அதாவது, ஒரு டெசிலிட்டர் ரத்தத்தில் எவ்வளவு மில்லி கிராம் கொலஸ்ட்ரால் உள்ளது என்று அளவிடும் முறை. இரண்டாவது அளவுகோல், மூலக்கூறு எண்ணிக்கைகளை அடிப்படையாகக் கொண்டது. அதாவது ஒரு லிட்டர் ரத்தத்தில் எவ்வளவு கொலஸ்ட்ரால் மூலக்கூறுகள் உள்ளன என அளவிடும் முறை.

பெரியவர்களுக்கான மொத்த கொலஸ்ட்ரால் அளவு

ஒரு டெசிலிட்டருக்கு 200 மி.கி. அளவுக்கும் தாழ்வாக அல்லது ஒரு லிட்டருக்கு 5.17 மி.மோல் அளவுக்கும் குறைவாக இருக்க வேண்டும்.

HDL கொலஸ்ட்ரால் அளவு

ஆண்கள் என்றால் ஒரு டெசிலிட்டருக்கு 40-50 மி.கி. என்ற அளவுக்கும் குறைவாக அல்லது ஒரு லிட்டருக்கு 1.0-1.28 மி.மோலுக்கும் குறைவாக இருக்க வேண்டும். பெண்களாக இருந்தால், ஒரு டெசிலிட்டருக்கு 50-60 மி.கி என்ற அளவுக்கு குறைவாக அல்லது ஒரு லிட்டருக்கு 1.28-1.54 மி.மோலுக்கும் குறைவாக இருக்க வேண்டும்.

மொத்த கொலஸ்ட்ரால் – HDL கொலஸ்ட்ரால் விகிதாச்சாரம்

5 : 1< (5 : 1 என்ற அளவுக்கும் குறைவாக இருக்க வேண்டும்).

LDL கொலஸ்ட்ரால் அளவு

ஒரு டெசிலிட்டருக்கு 100 மி.கி. அளவுக்கும் குறைவாக அல்லது ஒரு லிட்டருக்கு 2.6 மி.மோல் அளவுக்கும் குறைவாக இருக்க வேண்டும்.

'டிரைகிளிசரைடு' கொழுப்புச் சத்து

ஒரு டெசிலிட்டருக்கு 150 மி.கி. அளவுக்கும் குறைவாக அல்லது ஒரு லிட்டருக்கு 1.69 மி.மோல் அளவுக்கும் குறைவாக இருக்க வேண்டும்.

ரத்தத்தில் கொலஸ்ட்ரால் இருக்க வேண்டிய அளவுகள் இவைதான். இந்த எல்லைகளைத் தாண்டிவிடாமல் பார்த்துக் கொள்கிற பொறுப்பு உங்களிடம்தான் இருக்கிறது; உங்களிடம் மட்டுமே இருக்கிறது. 'உங்களிடம் மட்டும்' என்று ஏன் அழுத்திச் சொல்கிறேன் என்பது ரத்தத்தில் கொலஸ்ட்ராலின் அளவுகளை அதிகரிக்கும் காரணங்களைப் பார்த்தால் புரிந்துவிடும்.

கொலஸ்ட்ராலை அதிகரிக்கும் காரணிகள்

★ உணவுப் பழக்கம்

★ பரம்பரை

★ உடற்பயிற்சி இல்லாமை

★ புகை மற்றும் மது

★ மன அழுத்தம்

★ பல்வேறு நோய்கள்

★ சில மருந்துகள்

★ முதுமை

★ பாலினம்

மேற்கண்ட ஒவ்வொன்றைப் பற்றியும் விரிவாகப் பார்க்கலாம்.

உணவுப் பழக்கம்

எல்டிஎல், ஹெச்டிஎல் மற்றும் ஒட்டுமொத்த கொலஸ்ட் ராலின் அளவுகளை நிர்ணயிப்பதில் உணவுப் பழக்கத்துக்கு மிக முக்கியமான இடம் உண்டு. நமது உடலில் சில கொழுப்பு அமிலங்கள் இயற்கையாகவே உற்பத்தி ஆகின்றன. சில கொழுப்பு அமிலங்களை நாம் உணவு மூலமாகப் பெறுகிறோம். இவை உடலின் வளர்ச்சிக்கும், சக்திக்காகவும், பல்வேறு உடலியல் செயல்பாடுகளுக்கும்

பயன்படுத்தப்படுகிறது. இதன்காரணமாக, கொழுப்புச் சத்து உடலிலும், ரத்தத்திலும் சீராக இருக்கிறது.

ஆனால், இந்த நிலை மாறி, பல்வேறு பரம்பரைக் காரணங் களால், நொதிகளின் செயல்பாடு மாறுதல்களால், சிலருக்கு ரத்தத்தில் உள்ள கொலஸ்ட்ரால் பயன்படுத்தப்படாத, திசுக்களுக்கு அனுப்பப்படாத நிலை உருவாகும்.

இதேபோல், சிலர் தொடர்ந்து கொழுப்பு அதிகம் உள்ள உணவுகளைச் சாப்பிட்டுக்கொண்டே இருந்தால் அவர்களது உடல் தேவைக்குப்போக எஞ்சியுள்ள கொழுப்புச் சத்து, கல்லீரலிலும், தோலுக்கு அடியில் உள்ள திசுக்களிலும் சேர்ந்துவிடும். இதன்காரணமாக, இவர்களுக்கு எடை அதிகரிக்கும். தொந்தி ஏற்படும். தோலின் தடிமன் அதிகரிக்கும். மேலும், அவர்களது ரத்தத்தில் பல்வேறு கொலஸ்ட்ராலின் அளவுகளும் அதிகரிக்கும்.

குறிப்பாக, பூரிதமான கொழுப்பு அதிகம் உள்ள உணவைச் சாப்பிடுவதன் மூலம் உடலில் கொலஸ்ட்ரால் அதிகமா கிறது. மாமிச உணவுகள், பால் பொருள்கள், தேங்காய் எண்ணெய், பாமாயில் போன்றவற்றில் பூரிதமான கொழுப்பு அதிகம் உள்ளது. இந்த வகைக் கொழுப்பு எல்டிஎல் ரிசப்டார்களின் செயல்பாட்டைப் பாதித்துவிடுகின்றன. இதனால், ரத்தத்தில் உள்ள எல்டிஎல் கொலஸ்ட்ராலின் அளவு அதிகரித்துவிடுகிறது. அதன்விளைவாக, உடலின் மொத்த கொலஸ்ட்ரால் அளவும் அதிகமாகிறது.

டிரான்ஸ் கொழுப்பு அதிகம் பயன்படுத்தப்படுகிற கேக் வகைகள், துரித உணவுகள், பொறிக்கப்பட்ட உணவுகளைத் தான் மக்கள் இன்று அதிகம் உண்கிறார்கள். இந்தக் கொழுப்பும் ரத்தத்தில் உள்ள கொலஸ்ட்ரால் அளவையும், டிரைகிளிசரைடு அளவையும் அதிகரிக்கும் தன்மை வாய்ந்தது. அதோடு நல்ல கொலஸ்ட்ரலான ஹெச்டிஎல்லை இது குறைத்துவிடுகிறது.

சமையல் எண்ணெய் தயாரிப்புக்காக விலங்குகளிலும், தாவரங்களிலும் இயற்கை நிலையில் உள்ள கொழுப்பும், எண்ணெய்யும் பல்வேறு ரசாயன மாற்றங்களுக்கு உட்படுத்தப்படுகின்றன. இப்படி பல ரசாயன மாற்றங் களுக்கு உட்படுத்தப்பட்ட எண்ணெய்தான் துரித உணவுகள்,

ஹாம்பர்கர் போன்ற நவீன வகை உணவுகள், பொறிக்கப் பட்ட உணவுகள் ஆகியவற்றில் பயன்படுத்தப்படுகின்றன.

இத்தகைய எண்ணெய்களில் உள்ள மாறுபாடு அடைந்த கொலஸ்ட்ரால், எல்டிஎல்லை அதிகப்படுத்திவிடுகிறது. நமது உணவுப் பழக்கம், எப்படி எல்லாம் உடலில் உள்ள கொலஸ்ட்ராலை அதிகப்படுத்துகிறது என்பதற்கு இப்படி பல உதாரணங்களைச் சொல்லிக்கொண்டே போகலாம்.

பரம்பரை

கொலஸ்ட்ராலின் அளவை அதிகரிப்பதில் பரம்பரைக்கும் மிக முக்கியப் பங்கு உண்டு. ஒவ்வொரு மனிதன் பிறக்கும் போதும், அவனது முன்னோர்களிடம் இருந்து வரும் மரபணுக்கள் (Genes) அவன் உடல் அமைப்பையும், அதில் வரும் நோயைத் தீர்மானிப்பவையாகவும் இருக்கின்றன.

சிலரை, சில நோய்கள் எளிதில் தாக்கும். சிலருக்கு, சில நோய்கள் எளிதில் ஏற்படுவதில்லை. இதற்கு, பரம்பரை யாகக் கடத்தப்படும் மரபணுக்களின் தன்மையும் குணாதி சயங்களுமே காரணமாகின்றன. இந்த அடிப்படையில் சிலரின் ரத்தத்தில் உள்ள கொலஸ்ட்ராலின் அளவு அதிகமா வதற்கும் குறைவதற்கும் மரபணுக்கள் காரணமாக அமைந்து விடுகின்றன.

(இவ்வாறு பரம்பரைக் காரணங்களால் ஏற்படும் கொலஸ்ட் ரால் நோய்கள் குறித்து பின்னர் தெரிந்துகொள்ளலாம்).

குறிப்பாக, நமது உடலில் கொலஸ்ட்ராலின் அளவைத் தீர்மானிக்கக்கூடிய ஒன்பது மரபணுக்கள் கண்டுபிடிக்கப் பட்டுள்ளன. இவற்றில் ஏற்படும் மாறுதல்கள் காரணமாக (SNPS - Single Nucleotide Polymorphisms) ஒருவருக்கு ரத்தத்தில் நல்ல கொலஸ்ட்ரால் அதிகமாக இருக்கலாம் அல்லது கெட்ட கொலஸ்ட்ரால் அதிகமாக இருக்கலாம். இவற்றின் அமைப்பு, இயல்பைப் பொறுத்து (GENOTYPE SCORE) மரபணுவின் தன்மை 0 முதல் 18 வரை பல்வேறு தன்மைகளைக் கொண்டதாக இருக்கும்.

இந்த மதிப்பெண் அதிகரிக்க, அதிகரிக்க, நோய் பாதிக்கக் கூடிய தன்மையும் அதிகரிக்கும் (0 > 18), இதன் மதிப்பெண்

குறையக் குறைய (0 < 18) நோய்வரும் தன்மை குறைந்து கொண்டே வரும்.

தற்போது, NPC1 என்ற புதிய மரபணுவைக் கண்டு பிடித்துள்ளனர். இந்த மரபணு, ரத்தத்தில் கொலஸ்ட்ரால் அளவைத் தீர்மானிக்கக்கூடியதாக இருக்கிறது என்று கண்டு பிடித்துள்ளார்கள். இது பற்றிய ஆராய்ச்சிகள் தொடர்ந்து கொண்டே இருக்கின்றன.

உடற்பயிற்சி இல்லாமை

பரம்பரைக் காரணங்கள் மற்றும் உணவால் மட்டும் ஒரு நபரின் உடல் கொழுப்புச் சத்து அதிகரிப்பதில்லை; ரத்தத்தில் கொலஸ்ட்ராலும் கூடுவதில்லை. சோம்பேறித்தனமும், உடற்பயிற்சி இல்லாமையும் கொழுப்புச் சத்து உடலில் அதிகரிக்கவும், ரத்தத்தில் கொலஸ்ட்ரால் அதிகரிக்கவும் ஒரு முக்கியக் காரணமாகின்றன. பல்வேறு ஆராய்ச்சிகளும் இதை உறுதிபடுத்தியுள்ளன.

உடற்பயிற்சியின் காரணமாக, உடலில் ரத்த ஓட்டம் அதிகரிக்கும். தசைகள் வலுப்பெறும். சுவாசமும், இதயத் துடிப்பும் சீராகும். உடற்பயிற்சியின்போது, சக்தி தேவைப் படுவதால் ரத்தத்தில் குளுக்கோஸின் அளவு குறையும். இதனால், கல்லீரலிலும், தசைகளிலும், தோலுக்கு அடியிலும் சேமித்துவைக்கப்பட்டுள்ள கொழுப்புச் சத்து, செல்களை விட்டு வெளியேறி ரத்தத்துக்கு வரும். இது உடலின் பல்வேறு திசுக்களுக்கு எடுத்துச் செல்லப்படும். இவற்றைப் பயன்படுத்தி உடல் சக்தியைப் பெறும்.

இதன்விளைவாக, உடலில் உள்ள கொழுப்புச் சத்து குறையும். ரத்தத்தில் உள்ள கொலஸ்ட்ராலும் குறையும். உடற்பயிற்சியின் காரணமாக நன்மை செய்யும் ஹெச்டிஎல் கொலஸ்ட்ரால் ரத்தத்தில் அதிகரிக்கும்.

தீமை செய்யும் கொலஸ்ட்ராலான எல்டிஎல், டிரை கிளிசரைடு மற்றும் மொத்த கொலஸ்ட்ரால் ஆகியவை நன்கு குறையும். இதனால், கொலஸ்ட்ரால் படிவுகள் ரத்தக் குழாய் களில் ஏற்படுவதில்லை. இதய பாதிப்புகளும், மூளைத் தாக்கமும் உண்டாவதில்லை.

உடற்பயிற்சியால், ரத்த அழுத்தமும் குறையும். சர்க்கரை நோய் இருந்தால் அதுவும் ஓரளவு கட்டுப்படும். உடலும் புதுத் தெம்பு பெறும். மனதுக்கும் புது உற்சாகமாக இருக்கும்.

சோம்பேறித்தனமாக, உடற்பயிற்சி செய்யாமல் இருப்பவர் களுக்கு ரத்தத்தில் கெட்ட கொலஸ்ட்ரால் அதிகமாகும். அதேநேரம் அவர்களது ரத்தத்தில் நல்ல கொலஸ்ட்ரால் வெகுவாகக் குறைந்துவிடும். ரத்தக் குழாய்களில் கெட்ட கொலஸ்ட்ரால் படிந்து தீர்க்க முடியாத பல பிரச்னைகளை உண்டாக்கிவிடும்.

புகை மற்றும் மது

கொலஸ்ட்ரால் பாதிப்புக்கும், புகைப் பிடித்தலுக்கும் நெருங்கிய தொடர்பு உண்டு. ஆயுதங்களுக்கும், தீவிரவாதி களுக்கும் உள்ள தொடர்பு அது. பரம்பரை அல்லது உணவுப் பழக்கம் அல்லது உடற்பயிற்சி இல்லாமை போன்ற ஏதோ ஒரு காரணத்தால் ஒருவருக்குக் கொலஸ்ட்ரால் அதிகமாகி விட்டதாக வைத்துக்கொள்வோம். அதிகப்படியான கொலஸ்ட்ராலின் காரணமாக, ரத்த நாளங்களில் கொழுப்புப் படிவம் ஏற்பட்டு பல்வேறு உறுப்புகளுக்கான ரத்த ஓட்டம் பாதிக்கப்படும்.

பாதிக்கப்பட்டவர் புகைப் பிடிப்பவராகவும் இருந்தால், இந்தப் பாதிப்பின் தீவிரம் பன்மடங்கு அதிகரித்துவிடும் என்பதுதான் பிரச்னை. புகைப் பிடிப்பவர்களின் ரத்த குழாய்கள் மற்றவர்களைக் காட்டிலும் தடிமனாகிவிடும். அவற்றின் மீள்சக்தி பாதிக்கப்படும். அவற்றின் உள்பக்கச் சுவர் குறுகிவிடும். இதன் காரணமாக, ரத்த நாளங்களில் ரத்த ஓட்டம் சீராக இருக்காது.

புகைப் பிடிப்பதால் ஏற்படும் இத்தகைய ரத்தக் குழாய் மாறுதல்கள், அதன் உள்புறத்தில் கொலஸ்ட்ரால் படிவதை அதிகரிக்கிறது. புகைப் பிடிப்பதால், ரத்தத்தில் சேரும் பல்வேறு நச்சுப் பொருள்களும் (Free Radicals), கார்பன் மோனாக்ஸைடு வாயுவும், ரத்தக் குழாய் உள்சுவர் செல் களில் கெட்ட கொலஸ்ட்ரால் உட்புகுவதை அதிகரிக் கின்றன. இதனால் இவர்களுக்குக் கொலஸ்ட்ரால் படிவு எளிதாக ஏற்பட்டுவிடுகிறது.

மேற்சொன்ன காரணங்களால் புகைப் பிடிப்பவர்களுக்கு, மற்றவர்களைவிட விரைவாக ரத்தக் குழாய் அடைப்பு ஏற்பட்டு, மாரடைப்பு, பக்கவாதம் போன்ற பாதிப்புகள் உண்டாவதற்கான வாய்ப்புகள் அதிகரிக்கின்றன.

கொலஸ்ட்ராலுக்கும், மதுவுக்கும் இடையே இரண்டு வழி களில் தொடர்பு ஏற்படுகிறது. 'மிதமான மது இதயத்துக்கு நல்லது; மாரடைப்பை தள்ளிப் போடக்கூடியது' என்று கருதப்படுகிறது. குறிப்பாக, சிவப்பு ஓயின். இதயத்துக்கு இதமான மது என்று கருதப்பட்டு, ஆராய்ச்சிகளும் அதை உறுதிப்படுத்தியுள்ளன. இதேபோல், வேறு பல மதுபானங் களையும் மிதமான அளவில் பருகினால், அவை ரத்தத்தில் நல்ல கொலஸ்ட்ராலின் அளவை அதிகரிக்கின்றன.

அதேநேரம், மது அருந்தும் நபர் குண்டானவராகவோ, தொந்தி உடையவராகவோ இருந்தால், மதுவினால் ரத்தத்தில் அதிக அளவு குளுக்கோஸ் உருவாகும். ஏனென்றால், மது அதிக அளவு எரிபொருளைத் தரக்கூடியது.

குறிப்பாக, பீர், ஓயின் ஆகியவற்றை அதிகமாகப் பருகி னால், ரத்தத்தில் குளுக்கோஸின் அளவு அதிகரிக்கும். அந்த நபர் ஏற்கெனவே நீரிழிவு நோயாளியாக இருந்தால், அவரது ரத்தத்தில் குளுக்கோஸ் அதிகரிப்பதால், (சர்க் கரைச் சத்து ரத்தத்தில் மிகுந்து) சர்க்கரை நோய் கட்டுப் படாமல் போகும். இவ்வாறு அளவுக்கு அதிகமாகும் குளுக்கோஸ் (சர்க்கரைச் சத்து), 'டிரைகிளிசரைடு' என்ற கொழுப்புச் சத்தாக மாறும். இதன்காரணமாக, இவர்க ளுக்கு மறைமுகமாக ரத்தத்தில் கொழுப்புச் சத்து அதிகரித்துவிடும்.

எனவே, குண்டாக இருப்பவர்கள், சர்க்கரை நோயால் பாதிக்கப்பட்டவர்கள், கொலஸ்ட்ராலையும், சர்க்கரை நோயையும் கட்டுப்படுத்த அதிக மது அருந்துவதைத் தவிர்க்க வேண்டும்.

சர்க்கரை நோய் இல்லாதவர்களும், உடல் பருமன் இல்லாத வர்களும், சிவப்பு ஓயின் மதுவை மிதமாக அருந்துவதன் மூலம் நல்ல கொலஸ்ட்ராலை ரத்தத்தில் அதிகரித்துப் பயன் பெறலாம்.

மன அழுத்தம்

மன அழுத்தத்துக்கும் கொலஸ்ட்ராலுக்கும் அப்படி என்ன தொடர்பு இருக்க முடியும் என நீங்கள் ஆச்சரியப்படலாம். ஆனால், இவை இரண்டுக்கும் மறைமுகமான தொடர்பு இருப்பது ஆராய்ச்சிகள் மூலமாக உறுதிப்படுத்தப்பட்டு உள்ளது. மன அழுத்தத்தில் இருப்பவர்கள் தங்களின் பிரச்னைக்கு வடிகாலாக சிப்ஸ் போன்ற கொழுப்பு நிறைந்த நொறுக்குத் தீனிகளை அதிகமாகச் சாப்பிடுகின்றனர். இதனால், இவர்களையும் அறியாமல் உடலில் கொலஸ்ட்ராலின் அளவு அதிகரித்துவிடுகிறது.

பல்வேறு நோய்கள்

உணவுப் பழக்கம், பரம்பரை, உடற்பயிற்சி இல்லாமை ஆகியவைதான் ரத்தத்தில் கொலஸ்ட்ரால் அதிகமாவதற்கான முக்கியக் காரணங்கள். பல நோய்கள் காரணமாகவும் ஒருவருக்கு ரத்தத்தில் கொலஸ்ட்ரால் அளவு அதிகரிக்கலாம்.

1. நாளமில்லாச் சுரப்பி நோய்கள்

   சர்க்கரை நோய்

   தைராய்டு நோய்கள்

   பிட்யூட்டரி சுரப்பி நோய்

2. சிறுநீரக நோய்கள்

   நாள்பட்ட சிறுநீரகச் செயலிழப்பு

   நெஃப்ரோடிக் சின்ட்ரோம் (Nephrotic Syndrome)

3. கல்லீரல் நோய்கள்

   பித்தக்குழாய் அடைப்பு நோய்கள்

   பிற கல்லீரல் நோய்கள்

   பித்தக் கற்கள்

4. எதிர்பாற்றல் புரத நோய்கள்

   S.L.E. நோய்

   Myeloma நோய்

Macroglobulinemia நோய்

5. பிற நோய்கள்

கிளைக்கோஜீன் சேமிப்பு நோய்

கொழுப்பு நலிவுநோய்கள்

6. Metabolic நோய்கள்

ரத்தத்தில் யூரிக் அமிலம் அதிகரிக்கும் நோய்கள் (GOUT)

வயது

கொலஸ்ட்ரால் மிகுதியாகப் படிவதும், ரத்தக் குழாயின் உள்சுவர் பாதிக்கப்படுவதும் வயது முதிர்ந்தவர்களையே பெரிதும் பாதிக்கிறது. எனவே, ஒரு நபருக்கு வயது அதிகரிக்க அதிகரிக்க இந்தப் பாதிப்பு ஏற்படுவதற்கான வாய்ப்பும் அதிகரிக்கிறது. குறிப்பாக 40 வயதைக் கடந்த வர்கள் இந்தப் பாதிப்புக்கு எளிதில் ஆட்படுகிறார்கள்.

பாலினம்

பெண்களைவிட, ஆண்கள் இந்தப் பாதிப்புக்கு அதிகமாக ஆட்படுகிறார்கள். இதற்கு ஹார்மோன்களின் செயல் பாடுகள் ஒரு முக்கியக் காரணமாக அமைகின்றன. கர்ப்பக் காலத்தில் பெண்களுக்குப் பொதுவாக கொலஸ்ட்ராலின் அளவு குறைகிறது. குழந்தை பிறந்தவுடன் இது தானாகவே இயல்பு நிலைக்குத் திரும்பிவிடுகிறது.

மருந்துகள்

ஸ்டீராய்டு-ஹார்மோன் வகை மருந்துகள், நீரை வெளி யேற்றும் மருந்துகள், பீட்டா தடை மருந்துகள், வலிப்பு மருந்துகள், எய்ட்ஸ் மருந்துகள் ஆகியவை கொலஸ்ட் ராலின் அளவை அதிகரிக்கக்கூடியவையாக உள்ளன.

8

பரம்பரை கொலஸ்ட்ரால் நோய்கள்

ரத்தத்தில் பல்வேறு கொலஸ்ட்ராலின் அளவுகளை நிர்ணயிப்பதில் பரம்பரையின் பங்கு முக்கியமானது என சென்ற அத்தியாயத்தில் குறிப்பிட்டேன். பரம்பரையாக ஏற்படும் நோய்களால் உண்டாகும் பாதிப்பை இரண்டு வகையாகப் பிரிக்கலாம்.

1. ரத்தத்தில் கொலஸ்ட்ராலை அதிகரிக்கும் நோய்கள்

2. ரத்தத்தில் கொலஸ்ட்ராலைக் குறைக்கும் நோய்கள்

மேற்கண்ட இந்த இரண்டு வகையான நோய்களைப் பற்றி விரிவாகப் பார்ப்போம்.

1. ரத்தத்தில் கொலஸ்ட்ராலை அதிகரிக்கும் நோய்கள்

அ. முதல் வகை மிகை கொலஸ்ட்ரால் பாதிப்பு நோய்

முதல் வகை நோயில், லைப்போ புரோட்டின் லைப்பேஸ் நொதி குறைவாக உற்பத்தியாகும். இதன்விளைவாக, கைலோமைக்ரான் என்ற

கொழுப்புப் புரதம் மெதுவாகவே வெளியேற்றப்படும். எனவே, இந்த நோயால் பாதிக்கப்பட்டவரின் ரத்தத்தில் ஹெச்டிஎல் மற்றும் எல்டிஎல் கொலஸ்ட்ராலின் அளவுகள் குறைவாகக் காணப்படும்.

சிகிச்சைகள்

இந்த வகை நோயால் கொலஸ்ட்ராலின் அளவு பாதிக்கப் பட்டாலும், அதனால் இதயம் தொடர்பான நோய்கள் ஏற்படுவதற்கான வாய்ப்பு குறைவுதான் என்றாலும், கொழுப்புச் சத்து குறைவான உணவுகளையும், மாவுச்சத்து (அரிசி) குறைந்த உணவுகளையும் இவர்கள் சாப்பிடுவது நல்லது.

ஆ. இரண்டாம் வகை மிகை கொலஸ்ட்ரால் பாதிப்பு நோய்

இதை ஹைபர்கொலஸ்ட்ராலிமியா என்றும் குறிப்பிடு கிறார்கள். பரம்பரையாகக் கடத்தப்படும் மிக முக்கியமான நோய் இது. கல்லீரல் செல்களின் மேற்புறத்தில் உள்ள எல்டிஎல் ரிசப்டார்கள்தான் ரத்தத்தில் உள்ள அதிகப்படியான எல்டிஎல் கொலஸ்ட்ராலை இழுத்து கல்லீரல் மூலம் வெளியேற்றப் பயன்படுகின்றன என ஏற்கெனவே குறிப் பிட்டுள்ளேன். இந்த வகை நோயால் பாதிக்கப்பட்டவருக்குப் போதுமான அளவு எல்டிஎல் ரிசப்டார்கள் இருக்காது அல்லது முழுமையாகவே இல்லாமல் போய்விடும்.

இதன்காரணமாக, எல்டிஎல் கொலஸ்ட்ரால் வெளியேற்றப் படாமல் ரத்தத்தில் அதன் அளவு அதிகரித்துவிடும்.

சிகிச்சைகள்

இந்தப் பாதிப்பு உள்ளவர்களுக்கு இதய நோய்கள் ஏற்பட வாய்ப்புகள் உள்ளன. எனவே, இவர்கள் கொழுப்புச் சத்து உள்ள உணவுகளைத் தவிர்ப்பதுடன், உடற்பயிற்சியையும் மேற்கொள்ள வேண்டும். அத்துடன், கொலஸ்ட்ராலைக் குறைப்பதற்கான மருந்துகளையும் உட்கொள்ள வேண்டும்.

இ. மூன்றாம் வகை மிகை கொலஸ்ட்ரால் பாதிப்பு நோய்

இந்த வகை நோயால் பாதிக்கப்பட்டவர்களின் உடலில், அப்போலிப்போ புரோட்டின் குறைபாடு உள்ளதாக

இருக்கும். எனவே, கல்லீரலின் மூலமாக கொலஸ்ட்ராலை முறையாக வெளியேற்ற முடியாத நிலை ஏற்படும். இதனால், இவர்களது ரத்தத்தில் கைலோமைக்ரான்ஸ் மற்றும் விஎல்டிஎல் கொலஸ்ட்ரால் ஆகியவை அதிக அளவில் காணப்படும். மேலும், இவர்களது தோலில் குறிப்பாக, கண்களைச் சுற்றி கொழுப்புப் படிவங்கள் படிந்து மஞ்சள் நிறத் திசுக்கள் உருவாகும்.

சிகிச்சைகள்

ரத்தத்தில் கொலஸ்ட்ரால் அதிகரித்து ரத்த நாளங்களில் படியத் தொடங்கும். இதன் காரணமாக, இதயம் மற்றும் ரத்த நாளங்கள் தொடர்பான நோய்கள் ஏற்படலாம். இவர் களுக்கும், கொழுப்பு உணவுக் கட்டுப்பாடு, உடற்பயிற்சி ஆகியவற்றுடன் கொழுப்பைக் குறைப்பதற்கான மருந்து களைத் தொடர்ந்து கொடுத்துவர வேண்டும்.

ஈ. நான்காம் வகை மிகை கொலஸ்ட்ரால் பாதிப்பு நோய்

இந்த வகை நோயில், பரம்பரைக் காரணங்களால், ரத்தத்தில் விஎல்டிஎல் கொலஸ்ட்ராலின் அளவு அதிகரித்துவிடும். இத்துடன் இவர்களுக்கு, சர்க்கரை நோயும் இருக்கும். உடல் பருமன், மது அருந்துதல் போன்ற பழக்கம் உள்ளவர் களாகவும் இவர்கள் இருப்பார்கள்.

சிகிச்சைகள்

இவர்களுக்கு, சர்க்கரை நோய்க்கான சிகிச்சைகளை அளிக்க வேண்டும். அத்துடன், உடல்பருமனைக் குறைக்க வேண்டும். கொழுப்புச் சத்து உள்ள உணவுகளைத் தவிர்க்க வேண்டும். உடற்பயிற்சி மூலம் உடல் பருமனையும், ரத்தக் கொழுப்பையும் குறைக்க வேண்டும். மருந்துகளும் தேவைப் படும்.

உ. ஐந்தாம் வகை மிகை கொலஸ்ட்ரால் பாதிப்பு நோய்

பல்வேறு பரம்பரைக் காரணங்களால் இந்த நோயாளிகளின் ரத்தத்தில், கைலோமைக்ரான்ஸ் மற்றும் விஎல்டிஎல் கொலஸ்ட்ரால் ஆகிய கொழுப்புச் சத்துகள் அதிகரித்துவிடும். மேலும், இவர்களது ரத்தத்தில் நல்ல கொலஸ்ட்ராலின் அளவும் குறைந்துவிடும்.

சிகிச்சைகள்

இவர்களும், கொழுப்பு உணவுகளைக் குறைப்பதுடன் உடற்
பயிற்சிகளையும் மேற்கொள்ள வேண்டும். தேவைப்
பட்டால், கொழுப்பைக் குறைக்கும் மருந்துகளை உட்
கொள்ள வேண்டும்.

உள. பரம்பரையாக ஏற்படும் மிகை ஆல்பா லிப்போ புரோட்டினிமியா

இந்தப் பாதிப்பு உள்ளவர்களுக்கு, ரத்தத்தில் கெட்ட
கொலஸ்ட்ரால் உற்பத்தி அதிகமாகும். அதேநேரம்,
கொழுப்பு அமிலங்களும், டிரை-அசில் கிளிசராலும்
முறையாக வெளியேற்றப்படாது. இதன்காரணமாக, இதய
ரத்தக் குழாய்களில் கொலஸ்ட்ரால் படிந்து மாரடைப்பை
ஏற்படுத்திவிடும்.

சிகிச்சைகள்

இவர்களுக்கு, கொழுப்புச் சத்து மிகுந்த உணவுகளைக்
குறைக்க வேண்டும். தொடர்ந்து உடற்பயிற்சி மேற்கொள்ள
வேண்டும். மேலும், மருத்துவரின் ஆலோசனையைப்
பெற்று உரிய மருந்தகளைத் தொடர்ந்து உட்கொள்ள
வேண்டும்.

எ. பரம்பரைக் காரணங்களால் ஏற்படும் Apo B குறைபாடு நோய்

இந்தப் பாதிப்பு உள்ளவர்களுக்கு, மரபியல் கோளாறு
காரணமாக ரத்தத்தில் எல்டிஎல் கொலஸ்ட்ராலின் அளவு
அதிகரிக்கும். மற்ற கொலஸ்ட்ரால்களின் அளவுகள்
பாதிக்கப்படுவதில்லை.

சிகிச்சைகள்

இவர்களுக்கும் கொழுப்பு உணவைக் குறைப்பதுதான்
முதன்மையான சிகிச்சை. தொடர்ச்சியாக உடற்பயிற்சி
களைச் செய்வது சிறந்தது. மேலும், மருத்துவரின்
ஆலோசனையைப் பெற்று கொலஸ்ட்ராலைக் குறைப்பதற்
கான மருந்துகளைத் தொடர்ந்து பயன்படுத்த வேண்டும்.

ஏ. பரம்பரையாக ஏற்படும் LCAT குறைபாடு நோய்

இந்தக் குறைபாடு காரணமாக, ரத்தத்தில் லைஸோலிசித்தின் மற்றும் வழக்கத்துக்கு மாறான எல்டிஎல் மற்றும் விஎல்டிஎல் கொலஸ்ட்ரால்கள் உருவாகும். இதனால், இவர்களுக்குக் கல்லீரல் பாதிப்புகள் ஏற்படும்.

சிகிச்சைகள்

மருத்துவரின் ஆலோசனையைப் பெற்று உரிய சிகிச்சையை மேற்கொள்ள வேண்டும்.

ஐ. வால்மேன்ஸ் நோய்

இந்த நோயால், கொலஸ்ட்ராலைக் ஜீரணிக்க உதவும் நொதிகளில் குறைபாடு ஏற்படும். இதன்விளைவாக, எல்டிஎல் கொலஸ்ட்ரால் வளர்சிதை மாற்றம் அடையாமல் ரத்தத்தில் அதன் அளவு அதிகரித்துவிடும். இந்த வகை நோயால் பாதிக்கப்பட்டவர்களுக்கு இதய நோய் - மாரடைப்பு ஏற்படுவதற்கான வாய்ப்பு அதிகம்.

சிகிச்சைகள்

இவர்களுக்கு, உடற்பயிற்சி, கொழுப்பு உணவுகளின் கட்டுப்பாடு ஆகியவற்றுடன் கொழுப்பைக் குறைக்கும் மருந்துகளைத் தொடர்ந்து கொடுத்துவர வேண்டும்.

ஒ. பரம்பரைக் காரணத்தால் ஏற்படும் ஹெப்பரின் - தொடர்பு நொதி குறைபாடு

இந்த நோயில் ஒரு முக்கிய நொதியின் குறைபாடு காரண மாக, ரத்தத்தில் எல்டிஎல் மற்றும் டிரை-அஸில் கிளிசரால் சார்ந்த ஹெச்டிஎல்லின் அளவுகள் அதிகரிக்கும். இதன் காரணமாக, இவர்களுக்கு இதயக் கோளாறுகள் ஏற்படும்.

சிகிச்சைகள்

இவர்களுக்கு, கொழுப்பு உணவுகளைத் தவிர்த்து, தொடர் உடற்பயிற்சியை மேற்கொள்ளச் செய்வதுடன், ரத்த கொலஸ்ட்ராலைக் குறைப்பதற்கான மருந்துகளையும் தொடர்ந்து கொடுக்க வேண்டும்.

2. ரத்தத்தில் கொலஸ்ட்ராலைக் குறைக்கும் நோய்கள்

அ. ஏ-பீட்டாலிப்போ புரோட்டினிமியா

இந்த நோயில், கைலோமைக்ரான்ஸ், விஎல்டிஎல் மற்றும் எல்டிஎல் கொலஸ்ட்ரால் ஆகியவை குறைந்துவிடும். கொழுப்பு உட்கிரகிக்கப்படுதல் குறையும். விழித்திரையில் கறும்படிவுகள் உண்டாகும். நரம்பு பாதிப்புகளும் ஏற்படும்.

சிகிச்சைகள்

மருத்துவரின் ஆலோசனையைப் பெற்று உரிய சிகிச்சையை மேற்கொள்ள வேண்டும்.

ஆ. பீட்டாலிப்போ புரோட்டினிமியா குறைபாடு

இந்தக் குறைபாடு உள்ளவர்களுக்கு மரபியல் காரணங் களால், எல்டிஎல் மற்றும் விஎல்டிஎல் குறைபாடு ரத்தத்தில் ஏற்படும். ஹெச்டிஎல்லின் அளவு ரத்தத்தில் சீராக இருக்கும். இதனால், நோயாளிகளுக்குப் பெரிய பாதிப்பு ஏற்படு வதில்லை.

இ. ஆல்பாலிப்போபுரோட்டின் குறைபாடு

இந்தக் குறைபாடு காரணமாக, நோயாளிகளின் ரத்தத்தில் ஹெச்டிஎல் கொலஸ்ட்ராலின் அளவு குறைவாக இருக்கும். மற்ற கொலஸ்ட்ரால்களில் விஎல்டிஎல் கொலஸ்ட்ரால் சற்று அதிகமாகக் காணப்படும். இவர்களது கருவிழிப் படலம் இதன் காரணமாகப் பாதிக்கப்படும்.

சிகிச்சைகள்

இந்த நோயாளிகளும் மருத்துவரின் ஆலோசனையைப் பெற்று உரிய சிகிச்சையை மேற்கொள்ள வேண்டும்.

9

அதிக கொலஸ்ட்ராலின் அறிகுறிகள்

நோய்களும், உடல்ரீதியான பிரச்னைகளும் பல்வேறு அறிகுறிகளின் மூலமாகவே தங்களை வெளிப்படுத்திக்கொள்கின்றன. அப்படியானால் ரத்தத்தில் கொலஸ்ட்ரால் அளவு அதிகரித்தால் அதை வெளிப்படுத்தவும் ஏதாவது அறிகுறிகள் இருக்க வேண்டும் இல்லையா?

இந்த எதிர்பார்ப்பு நியாயமானதுதான் என்றாலும் ரத்தத்தில் கொலஸ்ட்ரால் அதிகமானால், அதற் கென பிரத்தியேகமான நோய் அறிகுறிகள் ஒன்றும் தோன்றுவதில்லை. சில நோய்களை வெளிப் புறமாகத் தெரியும் அறிகுறிகள் மூலம் சட்டென்று உணர்ந்துகொள்ள முடியும். ஆனால், ஒருவரது நடத்தையை வைத்து 'உனக்கு கொழுப்பு அதிகம்டா' எனக் கடுப்பில் சொல்லலாமே தவிர, அவரைப் பார்த்தவுடன் கொலஸ்ட்ரால் அதிகமாக இருக்கும் அல்லது இருக்காது என்று சொல்ல முடியாது.

கொலஸ்ட்ரால் ஒருவரது ரத்தத்தில் எந்த அளவில் உள்ளது என்பதைப் பரிசோதனையின் மூலமாகவே

அறிய முடியும். இருந்தாலும், உடல் அமைப்பில் ஏற்படும் ஒரு சில மாறுதல்களை வைத்து ரத்தத்தில் கொலஸ்ட்ரால் அதிகரித்திருப்பதை உணரலாம்.

அதிலும், பரம்பரைக் காரணங்களால் கொலஸ்ட்ரால் அதிகரித்தவர்களுக்கு தோலில் மஞ்சள் படிவுகள் ஏற்படும். இதை ஸாந்தலேஸ்மா (Xanthelasma) என்று சொல்வார்கள். இவை, கொலஸ்ட்ரால் மிகுதியாக இருப்பவர்களின் தோலில், குறிப்பாக கண்களுக்குக் கீழ்ப்பகுதியில் காணப் படும். இந்தக் கொழுப்புப் படிவங்கள், நோயாளியின் தசை நாண்களிலும் படிய வாய்ப்பு உண்டு.

ரத்தத்தில் கொலஸ்ட்ரால் மிகுவதால், குறிப்பாக பரம்பரைக் காரணங்களால் ஏற்படும் மிகை கொலஸ்ட்ரால் நோயில் (FH - Familial Hypercholesterolemia) முகத்திலும், இரண்டு கண்களைச் சுற்றியும் கொலஸ்ட்ரால் படிவுகள் காணப்படும். (Xanthelasmata).

இவர்களுக்கு கருவிழிப் படலத்தைச் சுற்றியும் கொலஸ்ட் ரால் வெண்படலம் உருவாகி இருக்கும் (Corneal Arcus). இதேபோன்ற கொழுப்புப் படிவங்கள், தசைநாண்களிலும் மூட்டுகளிலும் ஏற்படலாம் (Tendon Xanthomata).

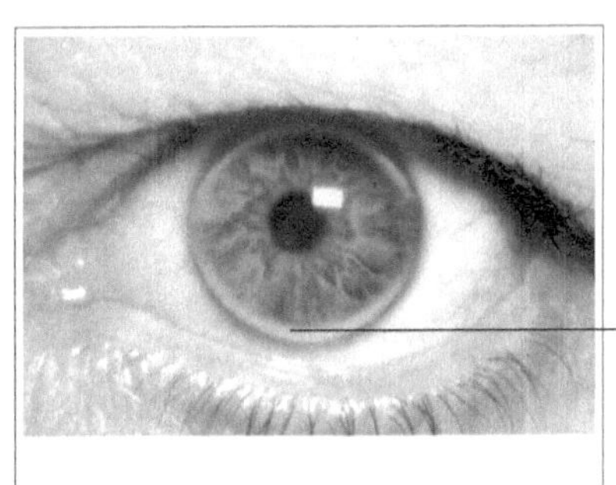

கண்ணில் தெரியும்
கொழுப்புப் படிவு

இவர்களுக்கு மூட்டுகளிலும், கை மடக்கும் இடங்களிலும் ஆரஞ்சு நிறத்தில் பெரிய கட்டி போன்ற படிவுகளும் ஏற்பட்டிருக்கும். சிலருக்கு, இடுப்பு மற்றும் பின்புறப் பகுதிகளிலும் இவை தோன்றும். இவர்களுக்கு, மூட்டுப் பாதிப்புகளால் வலி அதிகமாக இருக்கும்.

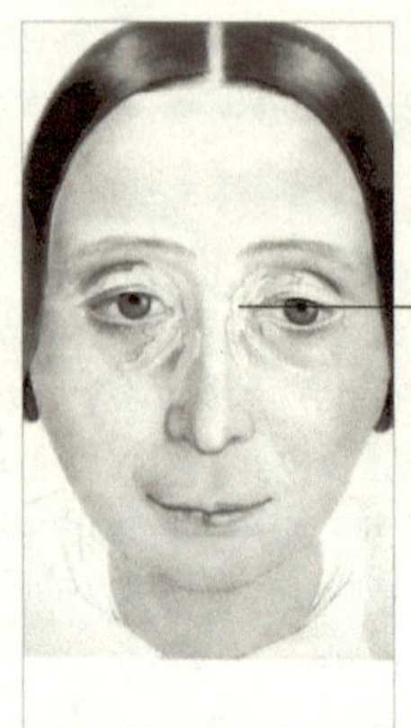

கொலஸ்ட்ரால் மிகுதியால் முகத்தில் உண்டாகும் கொழுப்புப் படிவு

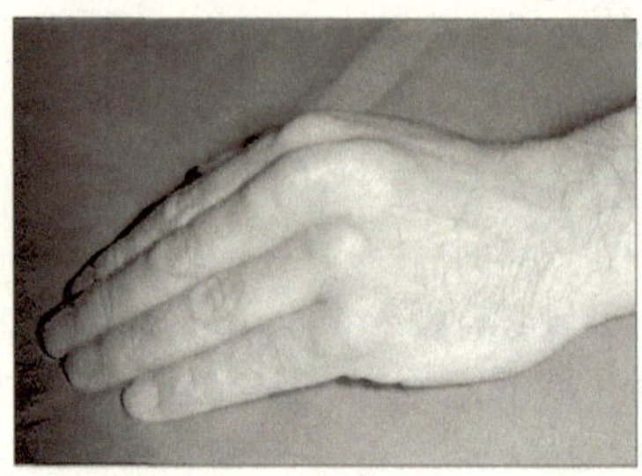

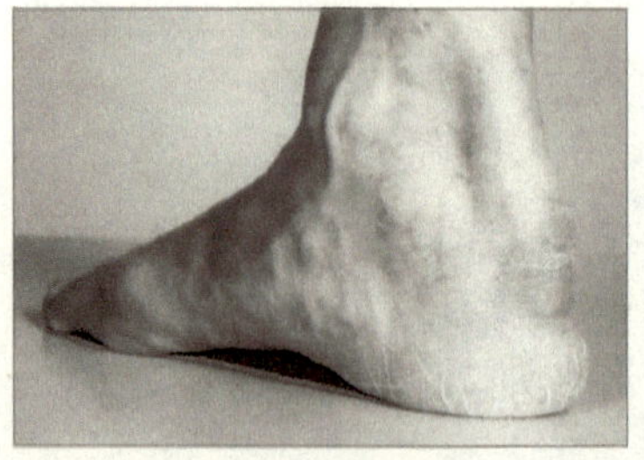

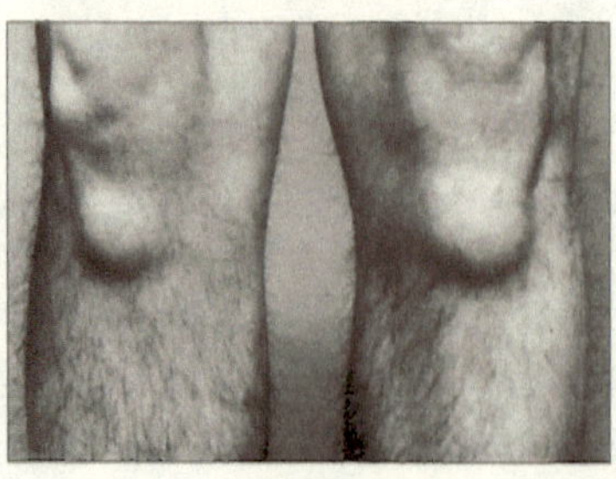

கொலஸ்ட்ரால் மிகுதியால் கை, கால் மற்றும் மூட்டுகளில் கொழுப்பு படிந்து ஏற்பட்டுள்ள வீக்கம்

ரத்தத்தில் டிரைகிளிசரைடு, கொலஸ்ட்ரால் மிகுந்தவர் களுக்கு, உடலில் கொப்பளங்கள்போல் கொலஸ்ட்ரால் படிவுகள் ஏற்படும் (Eruptive Xanthomata). விழித்திரையில் பார்த்தால், ரத்த ஓட்டம் தெரியாது. ஏதோ பால் ஓடுவது போல் கொலஸ்ட்ரால் மிகுந்த ரத்தம் காட்சி அளிக்கும் (Lipemia Retinalis).

இவர்களின் ரத்தத்தைப் பரிசோதனைக்காக எடுத்துப் பார்க்கும்போதுகூட, மேல்மட்டம் திரவமாகக் காட்சி அளிக்காமல், பால் போன்ற திரவமாகக் காட்சி அளிக்கும்.

டிரைகிளிசரைடு கொழூப்பு நிறைந்தவர்களுக்குக் கணைய அழற்சி ஏற்பட வாய்ப்பு உள்ளது. இதன்காரணமாக, இவர் களுக்கு அடிக்கடி வயிற்று வலி ஏற்படும். இவர்களுக்கு, ரத்தப் பரிசோதனையில் 'சோடியம்' அளவு குறைந்ததுபோல் இருக்கும். ஏனென்றால் இவர்களது ரத்தத்தில், பெருமளவு கொழுப்புப் பொருள்கள் (பிளாஸ்மாவில்) மிதப்பதால், நீர்ச்சத்து குறைந்து காணப்படும்.

ரத்தத்தில் டிரைகிளிசரைடு மிகுதியாக இருப்பவர்களுக்கு, மூளையில் ரத்த ஓட்டம் மெதுவாக நடைபெறுவதால் பல்வேறு நரம்பு பாதிப்புகளும் ஏற்படும். பக்கவாதம் போன்ற பாதிப்புகள் ஏற்படலாம். கை, கால் பகுதிகளில் மதமதப்பு ஏற்படலாம். மூட்டு உபாதைகள் ஏற்படலாம். கண்கள் உலர்ந்து போகலாம்.

அறிகுறிகளுக்கு அடுத்தபடியாக, ரத்தத்தில் கொலஸ்ட்ரால் அதிகரிப்பதால் ஏற்படும் விளைவுகள் பற்றி விரிவாகப் பேச வேண்டும்.

கொலஸ்ட்ரால் மிகுதியால் அதிகமாகவும், முதன்மை யாகவும் பாதிக்கப்படுவது உடலில் உள்ள ரத்தக் குழாய்கள் தான். ரத்தத்தில் உள்ள அதிகப்படியான கொலஸ்ட்ரால், ரத்தக் குழாய்களின் உள்சுவரில் படிய ஆரம்பிக்கும்.

நாளடைவில் கொழுப்புப் படிவத்தின் தடிமன் அதிகமாகி, ரத்தக் குழாய்களின் சுற்றளவு சுருங்கி, அந்த வழியே நடைபெறும் ரத்த ஓட்டம் தடைபடும். இந்தப் பாதிப்பு பற்றி இன்னும் கொஞ்சம் விரிவாகப் பார்க்கலாம்.

கொலஸ்ட்ரால் மிகுதியால் ரத்தக் குழாய்கள் எவ்வாறு பாதிக்கப்படுகின்றன?

ரத்தக் குழாய்கள் எப்போதும் ஒரே மாதிரி இருப்பதில்லை. அவை நாம் வளர்ந்து வரும் நிலைக்கு ஏற்ப பல்வேறு மாற்றங்களை அடைகின்றன. வயதாக, வயதாக இந்தக் குழாய்களின் மீள் சக்தி குறையும். அதோடு, அவற்றின் உள்சுவரில் கொலஸ்ட்ரால் படியும் தன்மையும் அதிகரிக்கும்.

1. எல்.டி.எல். கொலஸ்ட்ரால் படிதல்

ஆரம்ப நிலையில், ரத்தத்தில் உள்ள மோனோசைட் செல்கள் எல்டிஎல் கொலஸ்ட்ராலை விழுங்கி நுரை செல்களாக மாறும். இவைதான் ரத்தக் குழாயின் உள்சுவரில் முதலில் படியத் தொடங்கும்.

2. கொழுப்பு வெளிப்படுதல்

இந்த நிலையில், நுரை செல்களில் இருந்து ரத்தக் குழாயின் உள்பகுதிக்கு கொழுப்பு ஊடுருவத் தொடங்கும்.

3. மெல்லிய தசைச் செல்கள் ஊடுருவுதல்

அடுத்த நிலையில் ரத்தக் குழாயில் உள்ள மெல்லிய தசைச் செல்கள், கொழுப்பு வெளிப்படும் பகுதியில் அதிகரித்து ஊடுருவத் தொடங்கும்.

4. உள்சுவர் பிளந்து ரத்த உறை கட்டி வெளிப்படுதல், குழாய் அடைத்தல்

இதே நிலை தொடர்ந்து நீடிக்குமானால், உள்சுவரில் பிளவு ஏற்பட்டு, அதில் இருந்து ரத்தம் பல்வேறு செல்களோடு சேர்ந்து, உறைந்து கட்டியாக மாறி சுவரின் உள்பகுதியில் நீட்டிக்கொண்டிருக்கும். இவ்வாறு ஏற்படும் மாற்றங்களால் ரத்தக் குழாய் மேலும் சுருங்கும். இதன்காரணமாக, பாதிக்கப் பட்ட குழாய் வழியாக திசுக்களுக்கு ரத்தம் செல்வது தடைபடும் அல்லது அதன் அளவு முற்றிலுமாகவே நின்று விடும்.

இதைத்தொடர்ந்து ஆக்சிஜனும், சத்துகளும் கிடைக்காமல் திசுக்கள் பாதிக்கப்படும்; நலிவடையும், சம்பந்தப்பட்ட

உறுப்புகளின் இயக்கமும் பாதிப்புக்கு உள்ளாகும். இந்தப் பாதிப்புகளை மூன்று வகையாகப் பிரித்துச் சொல்லலாம்.

1. மூளைத் தாக்கம் - பக்கவாத பாதிப்பு.

2. கால் ரத்தக் குழாய் பாதிப்பு - நடக்கும்போது ஏற்படும் தாங்க முடியாத வலி.

3. இதய ரத்தக் குழாய் பாதிப்பால் ஏற்படும் மாரடைப்பு - இறப்பு.

மூளைத் தாக்கம் - பக்கவாதம்

சாதாரணமாக இருப்பவர்கள், திடீரென கை, கால் தளர்வு ஏற்பட்டு நடக்க முடியாமல் விழுந்துவிடுவார்கள். பரிசோதித்துப் பார்த்தால் இவர்களுக்கு 'பக்கவாதம்' ஏற்பட்டிருக்கும். இது மூளைக் தாக்கத்தால் ஏற்படும் பிரச்னை.

மூளைக்குச் செல்லும் ரத்தக் குழாய் கசிவினால்கூட (மிகை ரத்த அழுத்தத்தால்) இதுபோன்ற பாதிப்பு ஏற்படலாம். ஆனால், பெரும்பாலான மூளைத் தாக்கம், ரத்தக் குழாய் பாதிப்படைந்து ரத்த ஓட்டம் தடைபடுவதாலேயே ஏற்படு கிறது. நாம் ஏற்கெனவே பார்த்ததுபோல், மூளைக்கு ரத்த ஓட்டத்தை அளிக்கும் குழாய்களில் கொலஸ்ட்ரால் படிந் தால், அவற்றின் உள்சுவர் குறுகிவிடும்.

மூளையின் எந்தப் பகுதிக்குச் செல்லும் ரத்தக் குழாய்கள் பாதிக்கப்படுகின்றனவோ அங்கு உள்ள மூளையின் பாகங்கள் பாதிக்கப்படுகின்றன. இதனால், அவை கட்டுப்படுத்தும் உடலின் பாகங்கள் பாதிக்கப்பட்டு தளர்வு ஏற்படுகிறது. இதைத்தான் மூளைத்தாக்கம் (Stroke) என்று கூறுகிறோம். அதாவது, 'மாரடைப்பு' போன்றதுதான் இதுவும்.

வலது பக்க மூளையின் பாகங்கள் பாதிக்கப்பட்டால் இடது கை, கால் தளர்வு ஏற்படலாம் (Hemiplegia). இடது பக்க மூளையின் பகுதி பாதிக்கப்பட்டால் வலது கை, கால் தளர்வு ஏற்படலாம். இத்தகைய பக்கவாதத்துக்கு ஆட்படுபவர்கள் பெரும்பாலும் ஆண்களாக இருப்பதுடன், புகைப்பவர் களாகவும் இருக்கலாம்.

ரத்த அழுத்தம், நீரிழிவு ஆகியவையும் கொலஸ்ட்ரால் படிவை அதிகரிக்கச் செய்கின்றன. எனவே,

கொலஸ்ட்ராலைக் கட்டுப்பாட்டில் வைத்திருப்பதுடன், பிற நோய்களுக்கும் முறையாக சிகிச்சை அளிக்க வேண்டும். புகைப் பிடிக்கும் பழக்கத்தை நிறுத்துவதன் மூலம் இந்தப் பாதிப்பு ஏற்படாமல் தடுக்க முடியும்.

மூளைத் தாக்கம் - பக்கவாதம் பாதிப்பு ஏற்பட்டவர்களை மருத்துவமனையில் அனுமதித்து, உரிய சிகிச்சையை உடனடியாகத் தொடங்க வேண்டும். இதுபோன்ற நோயாளி களிடம் மேற்கொள்ளப்படும் மூளை ஸ்கேன் பரிசோதனை (MRI) நோயின் தன்மை குறித்தும், அது எந்தப் பகுதியில் ஏற்பட்டுள்ளது என்பது குறித்தும் அறிய உதவும்.

கால் ரத்தக் குழாய் பாதிப்பு - நடக்கும்போது ஏற்படும் தாங்க முடியாத வலி

கால் பகுதிக்குச் செல்லும் ரத்தக் குழாய்களில் கொலஸ்ட்ரால் படிந்தால் அங்கும் ரத்த ஓட்டம் பாதிக்கப்பட்டு திசுக்கள் நலிவடையும். இதன்காரணமாக, இவர்களுக்குக் கால் பகுதியில் குறிப்பாக, கெண்டைக்கால் பகுதியில் வலி ஏற்படும். நடக்கும்போது இந்த வலி அதிகரிப்பதால் இவர்களால் நடக்கக்கூட முடியாது.

ரத்தத் தடை முழுமையாக ஏற்பட்டால், அமர்ந்திருக்கும் போதுகூட இவர்களுக்கு வலி ஏற்படும். குறிப்பாக, புகைப் பிடிப்பவர்கள், ரத்த அழுத்தம் மிகுந்தவர்கள், நீரிழிவு உள்ளவர்களுக்கு இத்தகைய பாதிப்பு மிகுதியாக ஏற்படும். இவர்களில் சிலருக்கு, நரம்பு பாதிப்பு ஏற்படுவதால், கால்கள் உணர்விழந்து கெட்டு அழுகிவிடவும் வாய்ப்பு உண்டு. இதனால், இவர்களது கால் விரல்களையோ கால் பகுதியையோ எடுக்க வேண்டிய நிலைகூட ஏற்படலாம்.

இதய ரத்தக் குழாய் பாதிப்பால் ஏற்படும் மாரடைப்பு - இறப்பு

கொலஸ்ட்ரால், இதயத்துக்குச் செல்லும் ரத்தக் குழாயில் படிந்தால், அந்தக் குழாய் பாதிப்படைந்து, இதயத்துக்கான ரத்த ஓட்டம் தடைபடும். கொலஸ்ட்ரால் ரத்தத்தில் அதிகரிப்பதால் ஏற்படும் மிகப்பெரிய பாதிப்பாகும் இது.

இதயத்துக்கான ரத்தம் தடைபடுவதால், இடைவிடாமல் துடித்துக் கொண்டிருக்கும் இதயம் திடீரென துடிப்பை

நிறுத்தும். இதுதான் மாரடைப்பு. இதன்காரணமாக, அந்த நோயாளி இறந்துவிடவும் வாய்ப்பு உண்டு. இந்த நோயாளி களை உடனடியாக இதயத்துக்கான அவசரப் பிரிவில் சேர்த்து சிகிச்சை செய்ய வேண்டும். ரத்தக் குழாயில் கொலஸ்ட்ரால் படிவுகளால் ஏற்பட்ட அடைப்பைக் கரைக்கும் மருந்து களைத் தர வேண்டும். அப்போதுதான் ரத்த ஓட்டம் மீண்டும் சீராகும். நோயாளி உயிர் பிழைக்க முடியும்.

மேலே சொல்லப்பட்ட பாதிப்புகளுக்கு உள்ளான அனைத்து நோயாளிகளும் பொதுவாகக் கடைப்பிடிக்க வேண்டிய ஆலோசனைகள் என்ன தெரியுமா?

உணவில் கொழுப்புச் சத்தைக் கட்டுப்பாட்டுடன் வைத்திருக்க வேண்டும். மருந்துகளின் மூலமாகவும் அவற்றின் அளவைக் குறைக்க வேண்டும். தொடர் உடற் பயிற்சியை இவர்கள் மேற்கொள்ள வேண்டும். அத்துடன், புகைப் பிடித்தல், அதிகமாக மது அருந்துதல் போன்ற பழக்க வழக்கங்களையும் விட்டொழிக்க வேண்டும். நீரிழிவு, மிகை ரத்த அழுத்தம் ஆகியவற்றையும் கட்டுப்பாட்டில் வைத்திருக்க வேண்டும்.

10

கை கொடுக்கும் சோதனைகள்

கொலஸ்ட்ரால் பாதிப்புகளையும், நோய் களையும் நோய் அறிகுறிகளைக் கொண்டு ஓரளவே கண்டுபிடிக்க முடியும். அதுகூட மிகவும் அரிதான ஒன்றுதான். உண்மை என்னவென்றால் இதயப் பாதிப்பு (மாரடைப்பு), பக்கவாதம் (Stroke) போன்ற பெரும் பாதிப்புகள் ஏற்பட்ட பிறகுதான் கொலஸ்ட்ரால் அதிகரித்திருப்பதைக் கண்டுபிடிக்க முடியும்.

அதற்கு முன்பாகவே இதைக் கண்டுபிடிக்கவும், நோய் வராமல் தடுக்கவும், நோயின் தன்மையைக் குறைக்கவும் பல ஆய்வுக்கூடப் பரிசோதனைகள் பயன்படுகின்றன. அந்தப் பரிசோதனைகளைப் பற்றித் தெரிந்துகொள்ளும் முன் சில பொதுவான ஆலோசனைகளைச் சொல்லிவிடுகிறேன்.

பரிசோதனைக்கு முன்

கொலஸ்ட்ராலுக்கான ரத்தப் பரிசோதனையைக் காலையில் வெறும் வயிற்றில் மட்டுமே செய்ய வேண்டும். தேவைப்பட்டால் சிறிது நீர்

அருந்தலாம். காபி, டீ, பால், இளநீர் போன்றவற்றைக் குடிக்கக் கூடாது.

பிஸ்கட், கேக், இட்லி, தோசை, பூரி என டிபன் வகை களையோ அல்லது நொறுக்குத் தீனிகளையோ அல்லது சிற்றுண்டிகளையோ சாப்பிடக் கூடாது. காலையில் பரிசோதனை செய்யும்போது உடற்பயிற்சி செய்யக் கூடாது. 8 மணிக்குள் இரவு உணவை முடித்துக்கொள்ள வேண்டும். பரிசோதனைக்கு முன்பாக மது அருந்தக் கூடாது. இரவில், கொழுப்புமிக்க உணவுகளைச் சாப்பிடக் கூடாது.

யார் தவிர்க்க வேண்டும்?

கொலஸ்ட்ரால் பரிசோதனைகளை எல்லோருக்கும் செய்து விட முடியாது; கூடாது.

கர்ப்பிணிகளுக்கு, மது அருந்தியவர்களுக்கு, 'நியாசின்' மருந்தை உட்கொள்பவருக்கு, கர்ப்பத்தடை மருந்துகளை உட்கொள்பவருக்கு, ஸ்டிராய்டு வகை மருந்துகளை உட்கொள்பவருக்கு, பல்வேறு 'நுண்ணுயிர்க் கொல்லி' மருந்துகளை உட்கொள்பவருக்கு, நீரிழிவு நோய் உள்ளவர் களுக்கு, தைராய்டு பாதிப்பு நோய் உள்ளவர்களுக்கு, இரவு 9 மணிக்கு பிறகும் சாப்பிடுபவர்களுக்கு, இந்தப் பரிசோதனை யைச் செய்வதைத் தவிர்க்க வேண்டும். ஏனென்றால், இந்தப் பரிசோதனை மூலம் அவர்களின் ரத்தத்தில் உள்ள சரியான கொலஸ்ட்ரால் அளவுகளை அறிய முடியாது.

நீரிழிவு நோய் உள்ளவர்களுக்கும், தைராய்டு சுரப்பி கோளாறுகள் உள்ளவர்களுக்கும் சரியான சிகிச்சை தந்து, அந்த நோய்களைக் கட்டுப்பாட்டுக்குக் கொண்டுவந்த பிறகு, கொலஸ்ட்ரால் அளவுகளைப் பரிசோதனை செய்வது சரியானதாக இருக்கும்.

கொலஸ்ட்ரால் பாதிப்புக்கான பல்வேறு ஆய்வுக்கூடப் பரிசோதனைகள்

ரத்தத்தில் கொலஸ்ட்ராலின் அளவைக் கண்டறிய டோட்டல் கொலஸ்ட்ரால் என்ற சோதனையே மிக முக்கியமாகப் பயன்படுகிறது. இந்தப் பரிசோதனையைப் பலரும் தவறாகப் புரிந்துகொண்டு, ரத்தத்தில் உள்ள

மொத்த கொலஸ்ட்ராலின் அளவை மட்டுமே அறிந்து கொள்கிறார்கள். ஆனால், ஒட்டுமொத்தமாக ரத்தத்தில் உள்ள முக்கியமான கொலஸ்ட்ரால்களின் அளவுகளையும், லைப்போ புரோட்டின்களின் அளவுகளையும் தெரிந்து கொள்ள வேண்டும். இதன்மூலமே, கொலஸ்ட்ரால் பாதிப்பின் உண்மையான நிலையை அறிய முடியும்.

Total Cholesterol	:	ரத்தத்தில் மொத்த கொலஸ்ட்ரால் அளவு
Triglycerides	:	டிரைகிளிசரைடு வகை கொலஸ்ட்ரால் அளவு
LDL Cholesterol	:	எல்டிஎல் எனப்படும் கெட்ட கொலஸ்ட்ரால் அளவு
VLDL Cholesterol	:	விஎல்டிஎல் எனப்படும் கெட்ட கொலஸ்ட்ரால் அளவு
HDL Cholesterol	:	ஹெச்டிஎல் எனப்படும் நல்ல கொலஸ்ட்ரால் அளவு

ஆகியவற்றின் அளவை இந்தப் பரிசோதனையின் மூலம் தெரிந்துகொள்ள முடியும். இதைக்கொண்டு மொத்த

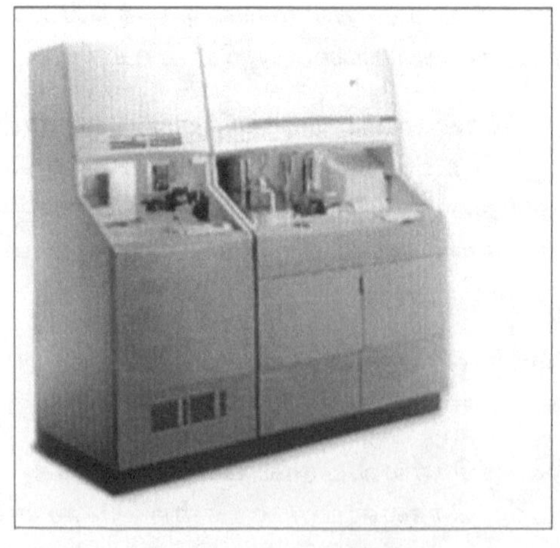

ரத்தத்தில் உள்ள கொழுப்பின் அளவைக் கண்டறிய உதவும் கருவி

கொலஸ்ட்ரால், எல்டிஎல் கொலஸ்ட்ரால் விகிதமும் கணக்கிடப்படும்.

Total Cholesterol : LDL Cholesterol Ratio

இதேபோல், எல்டிஎல் கொலஸ்ட்ரால், ஹெச்டிஎல் கொலஸ்ட்ரால் விகிதமும் கணக்கிடப்படும்.

LDL Cholesterol : HDL Cholesterol Ratio

இதுதவிர, இன்னும் பலவகைப் பரிசோதனைகள் பயன் பாட்டில் இருக்கின்றன.

அப்போ 'பி' பரிசோதனை (Apo-B)

இதன்மூலம், எல்டிஎல் கொலஸ்ட்ராலின் அளவைக் கணக்கிட முடியும்.

Apo-A பரிசோதனை

இதன்மூலம், ஹெச்டிஎல் கொலஸ்ட்ராலின் அளவைக் கணக்கிடலாம்.

Apo B : Apo A விகிதாச்சாரம்

Total Cholesterol : HDL Cholesterol Ratio என்ற விகிதத்தை அறிய இது உதவும். ஆனால், அதைவிட மாரடைப்பு ஏற்படுவதைக் குறித்து அறிந்துகொள்ள பெரிதும் உதவும். இவற்றுக்கு, நோயாளி சாப்பிடாமல் வெறும் வயிற்றில் இருக்க வேண்டிய அவசியமில்லை.

சிறிய அடர்த்தியான எல்.டி.எல். அளவு (Small dense LDL)

இந்தக் கொலஸ்ட்ராலின் அளவு அதிமாக இருந்தால் மாரடைப்பு ஏற்படுவதற்கு வாய்ப்புகள் மிக அதிகமாகும்.

LP (a) அளவீடு

இந்த லிப்போ புரோட்டினின் அளவு அதிகமானாலும் மாரடைப்பும் பக்கவாதமும் வருவதற்கான வாய்ப்புகள் அதிகம்.

பிளாஸ்மா ஹோமோசிஸ்டைன் (Plasma Homocysteine)

ரத்தத்தில் ஹோமோசிஸ்டைன் அளவு அதிகரித்தால் அந்த நோயாளிகளுக்கு, மாரடைப்பு வருவதற்கான வாய்ப்புகள் அதிகமாகும்.

hs CRP **பரிசோதனை** (High Sensitive CRP)

இந்த 'சி' வகை புரதத்தின் அளவைக் கணக்கிடுவதன் மூலம், ரத்தக்குழாய் பாதிப்பு ஏற்பட்டுள்ளதா? என்பதை அறிய முடியும்.

பிளாஸ்மா : பைப்ரினோஜீன் மற்றும் பிளாஸ்மினோஜீன் தூண்டுதலைத் தடுக்கும் பொருள்களின் அளவீடுகள் (Plasma Fibringogen & Plasminogen Activator Inhibitor)

இந்தப் பொருள்கள் அதிகமானால், ரத்தக் குழாயின் உள் பகுதியில் உறைதல், அடைப்பு ஏற்பட வாய்ப்புகள் அதிக மாகும்.

கழுத்துப்பகுதி தமனி ரத்தக்குழாய் ரத்த ஓட்டப் பரிசோதனை (Carotid Doppler - Ultrasonogram)

ஸ்கேன் கருவியால் கழுத்துப்பகுதியில் உள்ள ரத்தக் குழாய் களின் ரத்த ஓட்டம், அடைப்பு ஆகியவற்றை ஓரளவு அறியலாம்.

இதயப் பரிசோதனைகள்

எக்ஸ்-ரே, இ.சி.ஜி, எக்கோ, உணவுக் குழாய் மூலம் எடுக்கப் படும் எக்கோ பரிசோதனைகள் இதயப் பாதிப்புகளையும், அதற்கான காரணங்களையும் ஓரளவு அறியலாம்.

அதிவேக சி.டி.ஸ்கேன் (Ultra Fast C.T.)

இந்தப் பரிசோதனை மூலம் இதய ரத்த நாளத்தில் கொலஸ்ட்ரால் படிவுகளால் ஏற்படும் பாதிப்புகளைக் (கால்சியம் படிவு) கண்டுபிடிக்க முடியும்.

இதய குறுக்குவெட்டு சி.டி. பரிசோதனை (by Slice CT Cardiac CT Scan)

இதன்மூலம், இதய ரத்தக் குழாய் பாதிப்பைக் கண்டுபிடிக்க முடியம்.

தமனிக் குழாய் வரைவு (Angiography)

இந்தப் பரிசோதனை மூலம் இதய ரத்த நாளத்தை ஸ்கேன் செய்து படம்பிடித்து அதில் ஏற்பட்டுள்ள அடைப்புகளைக் கண்டுபிடிக்கலாம்.

கரோனரி ஆஞ்சியோகிராபி (Coronary Angiography)

இந்தப் பரிசோதனையால், உடலின் பல்வேறு ரத்தக் குழாய்களையும் பரிசோதனை செய்து அடைப்பைக் கண்டுபிடிக்கலாம்.

11

எண்ணெய்யில் வேண்டும் எச்சரிக்கை

பரிசோதனைகள் மூலமாக ரத்தத்தில் கொலஸ்ட்ரால் அதிகமாக இருக்கிறது என்பது தெரிந்து விட்டது. அடுத்ததாக என்ன செய்வீர்கள்? உடனடியாக ஒரு மருத்துவரைப் பார்த்து என்ன செய்யலாம் என்று கவலையோடு விசாரிப்பீர்கள். அதுதான் நீங்கள் செய்ய வேண்டிய செயலும்கூட.

அப்போது மருத்துவர் உங்களுக்குச் சொல்கிற ஆலோசனை என்னவாக இருக்கும் தெரியுமா? 'உணவில் கட்டுப்பாடாக இருங்கள்; உடற்பயிற்சி செய்யுங்கள்'. கொலஸ்ட்ராலைக் கட்டுப்படுத்த இவை இரண்டும்தான் தாரக மந்திரங்கள்.

எத்தகைய உணவு கட்டுப்பாட்டைக் கடைப்பிடிப்பது?

நமது சமையலில் நீக்கமற நிறைந்திருப்பது எண் ணெய். எந்த வகை எண்ணெய்யை சமையலுக்குப் பயன்படுத்துவது என்பதில் இருந்து உணவுக் கட்டுப்பாட்டை ஆரம்பிக்கலாம்.

எண்ணெய் என்றாலே கொழுப்புதான். அப்படி இருக்க எண்ணெய் இன்றி சமைக்க முடியாதா என்று

கேட்கலாம். நடைமுறையில் அது சாத்தியமில்லை. அதற்கான அவசியமும் இல்லை. குறைந்த அளவில் எண்ணெய்யை சேர்த்துக்கொள்வதன் மூலம் உடலுக்குத் தேவையான கொழுப்புச் சத்து கிடைக்குமாறு பார்த்துக் கொள்ள முடியும். அதோடு கொலஸ்ட்ராலின் அளவையும் கட்டுக்குள் வைத்துக்கொள்ள முடியும்.

இன்று, சமையல் பயன்பாட்டுக்கு எண்ணற்ற எண்ணெய்கள் கிடைக்கின்றன. இவற்றைத் தயாரிக்கும் ஒவ்வொரு நிறுவனமும் தங்களது எண்ணெய்தான் சிறந்தது என்று கூறுகின்றன.

'தங்களது எண்ணெய், ரத்தத்தில் கொலஸ்ட்ராலை அதிகரிக் காது; மாரடைப்பை ஏற்படுத்தாது. இதய நோய்கள் வராமல் தடுக்கும்' என பல்வேறு வகையில் அவை விளம்பரப் படுத்துகின்றன. இதனால், மக்கள் குழப்பமடைகிறார்கள். தங்களுக்குக் கிடைத்த தகவல், காது வழிச் செய்தி ஆகிய வற்றைக்கொண்டு தங்களுக்கு சிறந்தது எதுவென்று தோன்றியதோ அதையே வாங்கிப் பயன்படுத்துகிறார்கள். இப்படி கண்மூடித்தனமாக வாங்குவது தவறு.

நாம் சமைக்கும் எண்ணெய்யில், பூரிதமாகாத கொழுப்பு அமிலங்கள் மிகுதியாகவும், பூரிதமான கொழுப்பு அமிலங்கள் குறைவாகவும் இருக்க வேண்டும். இதுதான் அடிப்படை விதி.

வில்லனாகக் கருதப்படும் பூரிதமான கொழுப்பு, இன்னொரு வில்லனான எல்டிஎல் கொலஸ்ட்ராலை ரத்தத்தில் அதிகரித்து விடுகிறது. மற்றொரு மோசமான வில்லனான டிரான்ஸ் கொழுப்பு, எல்டிஎல் கொலஸ்ட்ராலைக் அதிகரித்து நல்ல கொலஸ்ட்ராலான ஹெச்டிஎல்லைக் குறைத்துவிடுகிறது. இதனால்தான் உடலுக்குப் பல்வேறு தீங்குகள் ஏற்படுகின்றன.

எனவே, பூரிதமான கொழுப்பு உள்ள எண்ணெய்யைக் குறைவாகவேப் பயன்படுத்த வேண்டும். டிரான்ஸ் கொழுப்பு உள்ள எண்ணெய்யை முற்றிலுமாகத் தவிர்த்துவிடுவது நல்லது.

அதே சமயம், ஒற்றை மற்றும் பல பூரிதமாகாத கொழுப்பு நம் உடலில் சேர்வது மிகவும் நல்லது. குறிப்பாக, பூரிதமாகாத

கொழுப்பு வகையைச் சேர்ந்த ஓமேகா-3 கொழுப்பு அமிலங்களும், ஓமேகா-6 கொழுப்பு அமிலங்களும் கொண்ட எண்ணெய்யைப் பயன்படுத்துவது உடலுக்கு நன்மை தரும். இன்னும் சரியாகச் சொல்லப்போனால், ஓமேகா - 3 கொழுப்பு அமிலமும், ஓமேகா - 6 கொழுப்பு அமிலமும் 1 : 1 முதல் 1 : 4 என்ற சதவீதத்தில் இருப்பது உடல் ஆரோக்கியத்துக்கு நல்லது.

பூரிதமாகாத கொழுப்பு, கொலஸ்ட்ரால் படிவை பெரிதும் குறைக்கும்.இதன் விளைவாக, ரத்தத்தில் கெட்ட கொலஸ்ட்ரால் அதிகரிக்காது. அதோடு, ரத்தக் குழாய் அடைப்பு, மாரடைப்பு போன்ற பாதிப்புகளும் ஏற்படாது. மூளைத்தாக்கம் - பக்கவாதத்தையும் பூரிதமாகாத கொழுப்பு அமிலம் பெருமளவு தடுப்பதாக தற்போதைய ஆய்வுகள் தெரிவிக்கின்றன.

ஆக, பூரிதமான கொழுப்பைக் குறைவாகவும், பூரிதமாகாத கொழுப்பு வகைகளான ஓமேகா-3 மற்றும் ஓமேகா-6 ஆகிய வற்றை அதிகம் கொண்ட எண்ணெய்யைச் சமையலுக்குப் பயன்படுத்த வேண்டும்.

ஆனால், இத்தனை காம்பினேஷன்களும் ஒரே எண்ணெய்யில் கிடைக்கும் என எதிர்பார்க்க முடியாது. சூரியகாந்தி எண்ணெய்யில் (Sun Flower Oil) பூரிதமாகாத கொழுப்பு அமிலங்கள் மிகுதியாகவும், பூரிதமான கொழுப்பு அமிலங்கள் குறைவாகவும் இருப்பதால், உணவைச் சமைப்பதற்கு இந்த எண்ணெய்யைப் பயன்படுத்தலாம். மேலும், 'ஆலிவ்' எண் ணெய்யில் ஒற்றை பூரிதமாகாத கொழுப்பு (Mono - unsaturated Fatty Acids) அமிலம் இருப்பதால் அது கொலஸ்ட்ரால் பாதிப்பைக் குறைக்கும். ஆனால், இந்த எண்ணெய்யைச் சுத்திகரிக்கும் முன்பாகப் பயன்படுத்துவதே சிறந்தது.

கடல் மீன்களான சாலமன், சார்டினஸ் ஆகிய மீன்களின் எண்ணெய்யில் ஓமேகா-3, ஓமேகா-6 கொழுப்பு அமிலங்கள் மிகுதியாக உள்ளன. எனவே, இவற்றையும் மக்கள் பயன் படுத்த வேண்டும்.

எந்தவொரு எண்ணெய்யிலும், நமக்குத் தேவையான கொழுப்பு அமிலங்கள் அனைத்தும் கிடைக்காத

காரணத்தால், இந்த இரண்டையும் மாறி மாறி இடையிடையே பயன்படுத்த வேண்டும்.

சமையலுக்கு ஏற்ற எண்ணெய் வகைகளை ஒரு பட்டியலாகப் பார்த்துவிடலாமா?

சமையலுக்கு ஏற்ற சிறந்த எண்ணெய் வகைகள்

Flax Seed Oil

Olive Oil

Canola Oil

Peanut Oil

Safflower Oil (Saffola *எண்ணெய்*)

Sunflower Oil

Corn Oil

Flax Seed எண்ணெய்யில் ஒமேகா - 3 மற்றும் ஒமேகா - 6 கொழுப்பு அமிலங்கள் (PUFA) *1 : 1* என்ற விகிதத்தில் இருக் கின்றன. இதில், ஒமேகா - 3 கொழுப்பு அமிலம் ALA (Alpha - Linolenic Acid) என்ற அமிலமாக இருப்பதால் இது சமைய லுக்கு சிறந்த எண்ணெய்யாகக் கருதப்படுகிறது.

இனி, சமையலில் தவிர்க்க வேண்டிய சில எண்ணெய் வகைகள் குறித்து பார்க்கலாம்.

சமையலில் தவிர்க்க வேண்டிய எண்ணெய் வகைகள்

தேங்காய் எண்ணெய்

பாமாயில்

வெண்ணெய்

நெய்

டால்டா

Palm Kernel Oil

இவற்றில் பூரிதமான கொழுப்பும், டிரான்ஸ் கொழுப்பும் அதிகம். நன்மை செய்யும் கொழுப்பு அமிலங்கள் குறைவு. எனவே, இவற்றை சமைக்கப் பயன்படுத்தக் கூடாது.

சமையலுக்கு ஒரே எண்ணெய்யைப் பயன்படுத்தலாமா?

எந்தெந்த எண்ணெய்யில் சமைக்கலாம் என்று தெரிந்து கொண்டீர்கள். அடுத்து தெரிந்துகொள்ள வேண்டிய விஷயம், இதில் ஏதாவது ஒரு எண்ணெய்யை மட்டும் பயன்படுத்தலாமா? என்பதுதான். அப்படிப் பயன்படுத்தக் கூடாது. ஏனென்றால், ஒவ்வொரு எண்ணெய்க்கும் ஒரு Smoke Point உண்டு. அதை அனுசரித்தே நாம் அவற்றை சமைக்கப் பயன்படுத்த வேண்டும்.

அதாவது, ஒவ்வொரு எண்ணெய்யையும் அதன் Smoke Point-க்கும் குறைவான வெப்பநிலையில்தான் சமைக்க வேண்டும். அவற்றின் Smoke Point-க்கும் அதிகமான அளவு அவற்றை சூடேற்றி சமைத்தால், அவை என்னதான் 'ஆலீவ்' எண்ணெய், Flax Seed எண்ணெய்யாக இருந்தாலும், அவை கெட்ட கொழுப்பான Transfat-ஆக மாற வாய்ப்பு உண்டு.

எனவே, குழம்பு வைத்தல், தாளித்தல் போன்றவற்றுக்கு ஆலிவ் எண்ணெய் மற்றும் சோள எண்ணெய்யைப் பயன் படுத்தலாம். இவை குறைந்த Smoke Point கொண்டவை. லேசான பொரியல், சமைத்தல் ஆகியவற்றுக்கு Canola, Walnut, Sunflower, Sesame Oil எண்ணெய்களைப் பயன் படுத்தலாம். இவற்றின் Smoke Point நடுத்தரமாக இருக்கும்.

பொரிப்பதற்கு Almond, Sunflower Oil, Soyabean Oil ஆகியவற்றைப் பயன்படுத்தலாம். இவை அதிக Smoke Point கொண்டவை.

ஏற்கெனவே சூடாக்கிய / சமைத்த எண்ணெய்யை மீண்டும் மீண்டும் பயன்படுத்தலாமா?

கூடாது. பொதுவாக, எண்ணெய்யை மிகவும் குறைந்த அளவில் பயன்படுத்த வேண்டும். அதிகமான அளவு எண்ணெய்யைப் பாத்திரத்தில் ஊற்றி, அதில் பொரியல் செய்த பிறகு, அதை எடுத்து சேமித்து வைத்து, மீண்டும் மீண்டும் பொரியலுக்கும், குழம்பு வைக்கவும் பயன் படுத்தும்போது, ஒவ்வொரு முறையும் அது சூடேறுவதால் அதில் 'ஹைட்ரஜன்' அதிகமாகச் சேர்ந்து, Transfat ஆகிவிடும். இதனால் உடலுக்குக் கெடுதல். கொலஸ்ட்ரால்

அதிகமாகும். இவ்வாறு, ஒரே எண்ணெய்யை பலமுறை சூடேற்றி சமைப்பதால், புற்றுநோய் வருவதற்கும் வாய்ப்பு உண்டு.

எவ்வளவு எண்ணெய் பயன்படுத்தலாம்?

ஒவ்வொரு மனிதனும், சமையலுக்காகவோ, பொரியல் அல்லது பொடியுடன் சேர்த்தோ என எப்படியென்றாலும், தினமும் 14 மி.லி. அளவு வரை அதிகபட்சமாகப் பயன் படுத்தலாம். அதற்குமேல் பயன்படுத்தக் கூடாது. அது உடலுக்கு நல்லதல்ல.

12

உணவுக் கட்டுப்பாடும் உடற்பயிற்சியும்

எண்ணெய்யில் இருப்பது கண்ணுக்குத் தெரியும் கொழுப்பு. கண் முன்னே நிற்கும் எதிரியைச் சமாளிப்பது சுலபம்.அதைத்தான் கடந்த அத்தியாயத்தில் பார்த்தோம். பிற உணவுகளிலும் கண்ணுக்கு தெரியாத எதிரியாக கொழுப்பு மறைந்திருக்கிறது. அதைச் சமாளிப்பது மிகக் கடினம். அந்தச் சவாலை எதிர்கொள்வது எப்படி என்பதை இனி பார்க்கலாம்.

பொதுவான ஆலோசனையாக சொல்லப்போனால், எண்ணெய் விஷயத்தில் மட்டுமல்லாது மற்ற உணவுப் பழக்கத்திலும் கட்டுப்பாடாக இருப்பது நல்லது.

உடலில் கொழுப்பைக் குறைக்கவும், ரத்தத்தில் கொலஸ்ட்ராலைக் கட்டுப்படுத்தவும், பொதுவாகக் கொழுப்பு நிறைந்த உணவுகளைத் தவிர்க்க வேண் டும். மாமிசத்தில் உள்ள தோல் மற்றும் கொழுப்பை சமைப்பதற்கு முன் நீக்கிவிட வேண்டும்.

கொழுப்பு அதிகம் சேர்ந்திருக்கும் விலங்குகளின் கல்லீரல், சிறுநீரகம் ஆகியவற்றையும் தவிர்த்து

விடுவது நல்லது. நெய், வெண்ணெய், வனஸ்பதி, கிரீம், கொட்டை வகைகள் (முந்திரி, பாதாம்பருப்பு, சோயாபீன்ஸ்) போன்றவற்றையும் தவிர்த்துவிட வேண்டும். கொழுப்பு நீக்கப்பட்ட பால் அல்லது குறைந்த கொழுப்பு உள்ள பாலைப் பயன்படுத்துவது நல்லது.

டிரான்ஸ் கொழுப்பு மற்றும் பூரிதமான கொழுப்பு அதிகம் கொண்ட துரித வகை உணவுகளையும் தவிர்க்க வேண்டும். பிஸ்கட், கேக், சிப்ஸ் ஆகியவற்றையும் குறைந்த அளவே சாப்பிட வேண்டும்.

பொரியல் மற்றும் வறுத்த உணவுகளைத் தவிர்த்து, 'கூட்டு' செய்த உணவுகளை, வேகவைத்த உணவுகளைச் சாப்பிட வேண்டும். பொரிப்பதன் மூலமாக எண்ணெய்யில் உள்ள நல்ல கொழுப்பு அமிலங்களின் தன்மை மாறிவிட வாய்ப்பு உள்ளது.

மூன்று நேரமும் மாவுச் சத்து (அரிசி) உள்ள உணவுகளை உண்ணக் கூடாது. இவை, உடலில் கொழுப்புச் சத்தாக மாறி கொலஸ்ட்ராலின் அளவை அதிகரித்துவிடும். உணவில், அதிக அளவு நார்ச் சத்தும், வைட்டமின்களும், தாது உப்புகளும் உள்ள பழங்கள், கீரைகள், முளைகட்டிய தானிய உணவுகள், பச்சைக் காய்கறிகள் ஆகியவற்றை அதிக அளவு சேர்ந்துக்கொள்ள வேண்டும்.

இவற்றில் உள்ள நார்ச் சத்து, ரத்தத்தில் இருக்கும் கொலஸ்ட்ராலைக் குறைக்கும் தன்மை உடையது. எனவே, தினமும் ஒரு கப் காய்கறி சாலட் அல்லது பழ சாலட் எடுத்துக் கொண்டால் இதயத்தை ஆரோக்கியமாக வைத்திருக்கலாம். சோயா விதைகளைப் பத்து நாளைக்கு ஒருமுறை உணவில் சேர்த்துக் கொண்டால் நல்ல பலன் தரும்.

முட்டை – நல்லதா கெட்டதா?

'முட்டை சாப்பிடுவது உடம்புக்கு நல்லது' என்று பலரும் சொல்லக் கேள்விப்பட்டிருப்பீர்கள். முட்டையில் பல்வேறு சத்துகளும் உள்ளன. ஆனால், கொழுப்பு என்று வரும்போது அதைச் சாப்பிடலாமா? என்ற கேள்வி இயற்கையாகவே ஏற்படுகிறது. முட்டையின் வெண்கருவில் கொஞ்சம்கூட கொழுப்பு இல்லை. எனவே, அதை கொலஸ்ட்ரால் பாதிப்பு

உள்ளவர்கள் தாராளமாகச் சாப்பிடலாம். இதனால் பிரச்னை இல்லை.

ஆனால், மஞ்சள் கருவில் கொலஸ்ட்ரால் மிகுதியாக இருக்கிறது. அதில் கிட்டத்தட்ட 1330 மி.லி. அளவுக்குக் கொலஸ்ட்ரால் இருக்கும். இதைச் சாப்பிட்டால் ரத்தத்தில் கொலஸ்ட்ரால் அதிகரிக்கும். எனவே, கொலஸ்ட்ராலைக் குறைக்க நினைப்பவர்கள் கண்டிப்பாக முட்டையின் மஞ்சள்கருவை சாப்பிடக் கூடாது.

தற்போதைய ஆய்வுகளின்படி, உணவில் உள்ள மொத்த கொலஸ்ட்ராலின் அளவைவிட அதில் உள்ள பல்வேறு வகையான கொழுப்பு அமிலங்களின் அளவுகள் முக்கியமான தாகக் கருதப்படுகிறது. முட்டையில் Trans Fat கிடையாது. ஓரளவு பூரிதமான கொழுப்பும், பெரும்பகுதி பூரிதமாகாத கொழுப்பும், ஓமேகா - 3 அமிலமும் உள்ளன. இதில் உள்ள பூரிதமாகாத கொழுப்பும், ஓமேகா - 3 அமிலமும் உடலுக்கு நன்மை செய்யும் என கருதப்படுகிறது.

முட்டையின் மஞ்சள் கருவில் கொலஸ்ட்ரால் மிகுதியாக இருந்தபோதும், அதனால் பாதிப்பு பெரிதாக இருப்பதில்லை என்றும் சில ஆராய்ச்சியாளர்கள் கருதுகின்றனர். இந்த அடிப்படையில்தான், சில ஆராய்ச்சியாளர்கள் தினமும் ஓரிரு முட்டை சாப்பிடுவதால் பாதிப்பில்லை என்றும் கூறி வருகிறார்கள்.

உடல் ஆரோக்கியத்தோடு இருப்பவர்கள், தினமும் ஒரு மஞ்சள்கருவைச் சாப்பிடுவதால் பாதிப்பில்லைதான். ஆனால், நீரிழிவு, ரத்த அழுத்தம், அதிகக் கொலஸ்ட்ரால், டிரைகிளிசரைடு மிகுந்தவர்கள் இதைத் தவிர்த்துவிடுவது நல்லது. ஆனால், நவீன முறைப்படி (Parthinogenesis) உருவாக்கப்படும் செயற்கை முட்டைகள், கொலஸ்ட்ரால் குறைவாகவும், ஓமேகா - 3 கொழுப்பு சத்து மிகுதியாக இருக்குமாறும் தயாரிக்கப்படுகின்றன. எனவே, இவற்றை பயன்படுத்திப் பயன்பெறலாம்.

கொட்டை வகைகளைச் சேர்த்துக்கொள்ளலாமா?

கொட்டை வகைகளில் கொழுப்புச் சத்து நிறைந்து இருப்ப தால் அவை உடலில் கொழுப்பை அதிகரிக்கும் என்றும்,

ரத்தத்தில் கொலஸ்ட்ராலை அதிகரிக்கும் என்றும், இதனால் உடலுக்குக் கெடுதல் என்றும் கருதப்பட்டது. ஆனால், இன்றைய ஆராய்ச்சிகளில் கொட்டை வகைகளில் உள்ள கொழுப்புச் சத்து, மனிதர்களுக்கு நன்மை செய்யக்கூடியது என்று கண்டுபிடிக்கப்பட்டுள்ளது.

இவற்றில் பூரிதமாகாத கொழுப்பு அதிகமாக இருப்பதால், அவை ரத்தத்தில் கெட்ட கொலஸ்ட்ராலின் அளவை நன்கு குறைக்கின்றன. அத்துடன் Small Density LDL-லின் அளவையும் நன்கு குறைக்கின்றன. இவை இரண்டும் உடலுக்குத் தீங்கு விளைவிக்கக்கூடிய கொலஸ்ட்ரால் வகை களாகும். இதன் காரணமாக மாரடைப்பு, இதயப் பாதிப்பு, பக்கவாதம் போன்ற பாதிப்புகளைத் தடுத்து நிறுத்துகின்றன.

குறிப்பாக, Peanuts, வாதாக்கொட்டை (Almonds), Beans மற்றும் Walnut ஆகிய கொட்டை வகைகள், ரத்தத்தில் கெட்ட கொலஸ்ட்ராலின் அளவை நன்கு குறைக்கின்றன என்று கண்டுபிடிக்கப்பட்டுள்ளது.

மேலும், Hazel nuts, Pine nuts, Pistachios ஆகியவையும் கொலஸ்ட்ராலைக் குறைக்கும் கொட்டை வகைகளாகக் கருதப்படுகின்றன.

இனி இந்தக் கொட்டை வகைகளில் முக்கியமான சில வற்றைக் குறித்து தெரிந்துகொள்ளுங்கள்.

அக்ரோட் கொட்டை (Walnut)

கொட்டை வகைகளில் மிகவும் சிறந்தது வால்நட். இதில், மற்ற கொட்டை வகைகளில் இருப்பதுபோல், புரதம், நார்ச் சத்து, வைட்டமின்கள், தாது உப்புகள், நோய் எதிர்ப்பாற்றல் சக்திகள் (Antioxidants) ஆகியவை அடங்கி இருக்கின்றன. அத்துடன் இதில் ஒமேகா - 3 கொழுப்பு அமிலமும் நிறைந் துள்ளது. இவை, ரத்தத்தில் டிரைகிளிசரைடு கொழுப்பைக் குறைக்கின்றன. ரத்தத்தில் கெட்ட கொலஸ்ட்ராலை 10 சதவீதம் குறைக்கின்றன.

வாதாக் கொட்டை (Almonds)

இந்தக் கொட்டை வகையில், புரதம், நார்ச் சத்து, MUFA கொழுப்பு அமிலம், தாது உப்புகள், வைட்டமின்-இ மற்றும்

நோய் எதிர்ப்பாற்றல் சக்திகள் ஆகியவை நிறைந்திருக்கும். இவை ரத்தத்தில் LDL கொலஸ்ட்ராலின் அளவை 4.4 சதவீதம் குறைக்கும்.

PECANS

இந்த வகைக் கொட்டைகளில், மேற்கூறிய பல்வேறு சத்துகளும் அடங்கி இருக்கும். இவை, ரத்தத்தில் LDL கொலஸ்ட்ராலை 10.4 சதவீதமும், டிரைகிளிசரைடை 11.1 சதவீதமும் குறைப்பதோடு நல்ல கொலஸ்ட்ராலான HDL கொலஸ்ட்ராலை 5.6 சதவீதம் அதிகரிக்கின்றன.

முந்திரிக் கொட்டை

முந்திரிக்கொட்டையை தனியாகவோ, நாம் தயாரிக்கும் உணவுகளிலோ அடிக்கடி பார்க்க முடியும். ஆனால், இதில் உடலுக்குத் தீங்கு விளைவிக்கும் கொலஸ்ட்ரால் / கொழுப்புச் சத்துகள் அதிகம் இருப்பதால், இது உடலுக்கு நல்லதல்ல.

மேலும், இந்தக் கொட்டை வகையை, வெண்ணெய், நெய், தேங்காய் எண்ணெய் போன்றவற்றில் வறுத்துச் சாப்பிட் டால், கொலஸ்ட்ரால் அதிகமாகும். எனவே, இவற்றை எண்ணெய் அதிகம் சேர்க்காமல் சாப்பிட வேண்டும்.

தினமும் 10 - 15 எண்ணிக்கையில் இவற்றைச் சாப்பிட்டால் போதும். அளவுக்கு அதிகமாக இவற்றைச் சாப்பிட்டால், ரத்தத்தில் சர்க்கரையின் அளவு அதிகரிக்கும். இதனால், பல்வேறு பாதிப்புகள் உண்டாகும். எனவே, எச்சரிக்கை தேவை.

எண்ணெய் வித்துகள் அனைத்துமே அதிகக் கொழுப்பு நிறைந்தவைதான். ஆனால், அவற்றில் என்ன கொழுப்பு அமிலங்கள் எந்த அளவில் உள்ளன என்பது முக்கியமானது. அதில் பூரிதமான கொழுப்பு மிகுதியாக இருந்தால், அது உடலுக்குத் தீங்கு விளைவிக்கும். அதேசமயம், அதில் பூரிதமாகாத கொழுப்பு இருந்தால் அது உடலுக்கு நல்லது.

இங்கே குறிப்பிட வேண்டிய ஒன்று தேங்காய். முற்றிய தேங்காயிலும், கொப்பரையிலும் பூரிதமான கொழுப்பு

அதிகம். எனவே அதைத் தவிர்க்க வேண்டும். அதேபோல், தேங்காய்த் துருவல் போட்ட உணவுகளையும், அதைப் பயன்படுத்திச் சமைக்கப்படும் உணவுகளையும் தவிர்க்க வேண்டும். இளநீர் வழுக்கையில் ஓரளவே கொழுப்புச் சத்து உள்ளது.

உடற்பயிற்சியும், கொலஸ்ட்ராலும்

உடற்பயிற்சி என்றவுடன், நேரே 'ஜிம்' சென்று நீண்ட நேரம் உடற்பயிற்சி செய்ய வேண்டும் என்பதில்லை. சாதாரண மாக, வீட்டில் இருந்தே உடற்பயிற்சிகளை மேற்கொள்ள லாம். எடுத்தவுடனேயே அதிக நேரம் உடலை வருத்தி பயிற்சி செய்ய வேண்டிய அவசியமும் இல்லை. மெதுவாக ஆரம்பித்து மெல்ல மெல்ல நேரத்தை அதிகப்படுத்திக் கொள்ளலாம்.

காலை-மாலை இரண்டு வேளையும் 20 நிமிடங்கள், மெல்லோட்டமாக ஓடலாம் அல்லது நடைப் பயிற்சி செய்யலாம். நேரமில்லை என்றால், காலை அல்லது மாலையில் அரை மணி நேரம் நடைப் பயிற்சி செய்யலாம். இப்படிப்பட்ட பயிற்சியைத் தினமும் செய்வதை ஒரு வழக்கமாகவே கொண்டு வர வேண்டும். அப்படிச் செய்ய முடியாதவர்கள், வாரத்தில் குறைந்தது 4 முறையாவது செய்வது நல்லது.

நடக்க முடியவில்லையென்றாலும், சைக்கிள் ஓட்டியும் பயிற்சி செய்யலாம். நீந்த விருப்பம் உள்ளவர்கள் நீந்தலாம். செய்யலாம். நீச்சலும் ஒரு நல்ல உடற்பயிற்சிதான். பூப்பந்து, ஷெட்டில்காக், டென்னிஸ் போன்ற விளையாட்டுகளிலும் தங்களை ஈடுபடுத்திக்கொண்டு தினமும் அரை மணி நேரமாவது பயிற்சி செய்வது நல்லது.

உடற்பயிற்சியால், சேமிக்கப்பட்டிருக்கும் சர்க்கரைச் சத்து நன்கு பயன்படுத்தப்படுகிறது. அதிகப்படியான கொழுப்பும் சக்தியின் பயன்பாட்டுக்காக செலவழிக்கப்படுகிறது. அதோடு, பயிற்சியின்போது அதிக அளவு ஆக்சிஜன் தேவைப்படுவதால் இதயமும் துடிப்பாக இயங்குகிறது. எனவே, இந்தப் பயிற்சிகள், கொலஸ்ட்ராலைக் குறைப்ப துடன், ரத்த நோய்கள், இதய நோய்கள், நீரழிவு, ரத்த

அழுத்தம் ஆகிய நோய்களையும் கட்டுப்படுத்துகின்றன. மேலும், உடலின் எடை குறைந்து, உடல் சுறுசுறுப்புடனும் ஆரோக்கியமாகவும் இருக்கவும் வழி செய்கின்றன.

உடற்பயிற்சியின்போது, தசைகளிலும், கொழுப்புச் செல்களிலும் (தோலுக்கு அடியில் உள்ளவை - ADIPOSE TISSUE) உள்ள ஒரு நொதி தூண்டப்படுகிறது (LIPOPROTEIN LIPASE). இதன்காரணமாகவே, இங்கு உள்ள டிரைகிளிசரைடு (TRIGLYCERIDE) என்ற கொழுப்பு கரைக்கப்பட்டு, அதன் அளவு குறைகிறது. இவ்வாறு குறைக்கப்படும் டிரை கிளிசரைடு மற்றும் பிற கொலஸ்ட்ரால் வகைகள், ஹெச்டிஎல் வகை கொலஸ்ட்ராலாக மாறுகின்றன. இதனால், கெட்ட கொலஸ்ட்ராலின் அளவும் குறைகிறது.

உணவுக் கட்டுப்பாடு, உடற்பயிற்சி ஆகியவை தவிர்த்து வேறு சில வழிகளையும் பின்பற்ற வேண்டும். கொலஸ்ட் ரால் அதிகரித்திருப்பதற்கான காரணத்தை அறிந்து அதற்கு ஏற்றபடி சில சிகிச்சை முறைகளை மேற்கொள்ள வேண்டும்.

புகைப் பழக்கம், மதுப் பழக்கம் ஆகியவற்றுக்குத் தடா போட்டுவிடலாம். நோயின் காரணமாக இந்தப் பிரச்னை ஏற்பட்டிருந்தால் அந்த நோய்க்கான சிகிச்சையை எடுத்துக் கொள்ள வேண்டும். மன அழுத்தத்தைக் குறைக்க வேண்டும். இப்படிப் பல வழிகளில் முயற்சி செய்தால்தான் கொலஸ்ட் ராலின் அளவை சீரான அளவில் பராமரித்து ஆரோக்கியமாக வாழ முடியும்.

13

மருந்துகளும் அவசியம்

உணவுக் கட்டுப்பாடு, உடற்பயிற்சி ஆகிய இரண்டு அம்சங்கள் மட்டுமே போதும். கொலஸ்ட்ரால் பிரச்னையைப் பெருமளவு கட்டுப்படுத்திவிட முடியும். ஆனால், சில பேருக்கு இவை மட்டும் போதுமானதாக இருக்காது. குறிப்பாக, பரம்பரைக் காரணங்களினாலோ அல்லது உடல் ரீதியான குறை பாட்டினாலோ ரத்தத்தில் கொலஸ்ட்ரால் அதிகரித் திருந்தால் உணவுக் கட்டுப்பாடாலும், உடற்பயிற்சி யாலும் மட்டுமே பிரச்னையைச் சரி செய்ய முடியாது.

என்னதான் வாயைக் கட்டினாலும், தினமும் உடற்பயிற்சி செய்தாலும் கொலஸ்ட்ராலின் அளவு குறையாது. கொழுப்புச் சத்தின் அளவும் உடலில் அதிகரித்துக்கொண்டுதான் இருக்கும். மருந்துகள் மூலமாகவே இந்தப் பிரச்னையைத் தீர்க்க முடியும். ஆக, கொலஸ்ட்ராலைக் கட்டுப்படுத்துவதற்கான சிகிச்சையில் மருந்துகளுக்கும் முக்கியமான இடம் உண்டு.

ரத்தத்தில் உள்ள கொலஸ்ட்ராலைக் கட்டுப்படுத்த இன்றைக்கு பல மருந்துகள் பயன்படுகின்றன.

இந்த மருந்துகளால் குறிப்பிட்டுச் சொல்லும் அளவுக்கு உடலுக்குப் பின்விளைவுகளும், பாதிப்புகளும் ஏற்படுவ தில்லை. எனவே, கொலஸ்ட்ரால் மிகுதியாக இருப்பவர்கள், மருத்துவரின் ஆலோசனையைப் பெற்று தங்களுக்கான மருந்துகளை வாங்கி உட்கொள்ள வேண்டும்.

மருந்துகளைத் தொடர்ந்து பல மாதங்கள் எடுத்துக்கொள்வதன் மூலம் கொலஸ்ட்ராலைக் குறைத்து, அதனால் வரும் பாதிப்புகளில் இருந்து தங்களை காத்துக்கொள்ளலாம். ஆனால், மருத்துவரின் ஆலோசனை மற்றும் பரிந்துரை இன்றி இவற்றை நீங்களாகவே வாங்கிப் பயன்படுத்தக் கூடாது.

இனி, இந்த மருந்துகள் குறித்து கொஞ்சம் தெரிந்து கொள்ளலாம்.

1. அடோர்வாஸ்டேட்டின் (Atorvastatin)

ரத்தக் கொலஸ்ட்ராலைக் குறைப்பதற்கு இன்றைக்கு இந்த மருந்துதான் அதிகம் பயன்படுத்தப்படுகிறது.

எவ்வாறு செயல்படுகிறது?

இந்த மருந்து, வளர்சிதை மாற்றத்துக்குப் பயன்படும் ஒரு முக்கிய நொதியை (HMG - CO - A REDUCTASE) செயல்படாமல் தடுத்துவிடும். இதனால், கொலஸ்ட்ரால் உருவாவது தடுக்கப்படுகிறது. மேலும், உடலுக்குத் தீங்கு செய்யும் கொலஸ்ட்ராலும் அதிகமாகச் சிதையும். கொலஸ்ட்ராலின் அளவுகள் குறைந்து உடலுக்கு நன்மை ஏற்படும்.

பயன்கள்

அடோர்வாஸ்டேட்டின் மருந்து, மொத்தக் கொலஸ்ட் ராலையும் எல்டிஎல் கொலஸ்ட்ராலையும் குறைக்கப் பெரிதும் பயன்படுகிறது. பிற மருந்துகளோடு சேர்ந்து தயாரிக்கப் படுவதால், கொலஸ்ட்ராலைக் கட்டுப்படுத்துவதோடு இதய நோய்கள், ரத்த அழுத்தம், நீரிழிவு போன்ற மற்ற பிரச்னை களையும் சரி செய்ய இந்த மருந்துகள் பெரிதும் பயன்படும்.

எவ்வாறு பயன்படுத்த வேண்டும்?

இந்த மருந்தை, மருத்துவரின் ஆலோசனையைப் பெற்று உரிய அளவில் பயன்படுத்த வேண்டும்.

கொலஸ்ட்ராலைக் குறைக்க 10 மி.கி. முதல் 80 மி.கி. வரை இந்த மருந்தை உட்கொள்ள வேண்டும். மேலும், இதைத் தொடர்ந்து பல வாரங்களுக்கு உட்கொள்ள வேண்டியது வரும்.

யாருக்குப் பயன்படுத்தக் கூடாது?

ஒவ்வாமை உள்ளவர்களுக்கும், கல்லீரல் பாதிப்பு உள்ளவர்களுக்கும், கர்ப்பிணிகளுக்கும், பாலூட்டும் தாய்மார்களுக்கும் பயன்படுத்தக் கூடாது.

பின் விளைவுகள்

இந்த மருந்தினால், தலைவலி, வயிற்றோட்டம், குமட்டல், வாந்தி, பசியின்மை, தோல் அரிப்பு, ஒவ்வாமை போன்ற தொந்தரவுகள் ஏற்படும்.

கவனம்

இந்த மருந்தை 10 வயதுக்கு உள்பட்ட சிறுவர்களுக்கும், மது அருந்துபவர்களுக்கும், மாதவிலக்கு நேரங்களில் பெண்களும் மிகவும் கவனமாகப் பயன்படுத்த வேண்டும்.

2. சிம்வாஸ்டேட்டின் (SIMVASTATIN)

இதுவும் கொலஸ்ட்ராலைக் குறைக்கிற ஒரு முக்கிய மருந்து தான்.

எவ்வாறு செயல்படுகிறது?

இந்த மருந்து, அடோர்வாஸ்டேட்டின் மருந்தைப்போலவே வளர்சிதை மாற்றத்தின்போது HMG - CO - A REDUCTASE INHIBITOR என்ற நொதியைத் தடை செய்து அதன் செயல்பாட்டைத் தடுப்பதன் மூலம், உடலில் கொலஸ்ட்ரால் உற்பத்தியாவதைத் தடுக்கிறது.

குறிப்பாக, ரத்தத்தில் மொத்தக் கொலஸ்ட்ரால், கெட்ட கொலஸ்ட்ரால், டிரைகிளிசரைடு ஆகிய கொழுப்புகளின் அளவைக் குறைக்கிறது. உடலுக்கு நன்மை (இதயத்துக்கு) பயக்கும் கொலஸ்ட்ராலின் அளவை அதிகரிக்கச் செய்கிறது.

பயன்கள்

இந்த மருந்து, பரம்பரைக் காரணங்களாலும், கொழுப்பு உணவுகளாலும் ரத்தத்தில் அதிகரிக்கும் கொலஸ்ட்ராலைக் கட்டுப்படுத்தப் பெரிதும் பயன்படுகிறது.

எவ்வாறு பயன்படுத்த வேண்டும்?

கொலஸ்ட்ரால் மிகுதியால் ஏற்படும் பாதிப்புகளுக்கு மருத்துவரின் ஆலோசனையைப் பெற்று உரிய அளவில் பயன்படுத்த வேண்டும். இந்த மருந்தை, 10 மி.கி. தொடங்கி, 40 மி.கி. வரை பல வாரங்கள் பயன்படுத்தலாம்.

யாருக்குப் பயன்படுத்தக் கூடாது?

இந்த மருந்தை, ஏற்கெனவே ஒவ்வாமை உள்ளவர்களுக்கும், கல்லீரல் பாதிப்பு உள்ளவர்களுக்கும், கர்ப்பிணி, பாலூட்டும் தாய்மார்களுக்கும் பயன்படுத்தக் கூடாது.

பின் விளைவுகள்

இந்த மருந்தால் தலைவலி, குமட்டல், வயிற்று வலி, வயிற்றோட்டம், தசை வலி, தளர்வு, உறக்கமின்மை போன்ற பல்வேறு பாதிப்புகளும் ஏற்படும்.

கவனம்

இந்த மருந்தை மது அருந்துபவர்களுக்கும், பத்து வயதுக்கு உள்பட்ட சிறுவர்களுக்கும், தசைப் பாதிப்பு உள்ளவர்களுக்கும் மிகவும் கவனமாகப் பயன்படுத்த வேண்டும்.

3. ரோஸுவாஸ்டேட்டின் (ROSUVASTATIN)

ரத்தத்தில் கொலஸ்ட்ராலைக் குறைக்கப் பயன்படும் ஒரு முக்கிய மருந்தாகும் இது.

எவ்வாறு செயல்படுகிறது?

HMG - CO - A REDUCTASE என்ற வளர்சிதை மாற்ற நொதி ஒன்றைச் செயலாற்றவிடாமல் செய்வதன் மூலம், உடலில் (ரத்தத்தில்) கொழுப்புச் சத்து உற்பத்தியாவதை இது குறைக்கிறது. மேலும், உடலுக்குத் தீங்கு செய்யும்

கொழுப்புச் சத்தின் அளவைக் குறைக்க, கல்லீரல் செல்களில், இதன் ஏற்பிகளை அதிகரிக்கச் செய்யும். இந்தப் பண்புகளால், இந்த மருந்து ரத்தத்தில் கொலஸ்ட்ராலைக் குறைக்கும் மருந்தாகப் பயன்படுகிறது.

எப்படிப் பயன்படுத்த வேண்டும்?

இந்த மருந்தைத் தினமும் 10 மி.கி. முதல் 20 மி.கி. வரை பயன்படுத்தலாம். தினமும் ஒருமுறை மட்டும் இந்த மருந்தைப் பயன்படுத்தினால் போதுமானது.

யாருக்கு இந்த மருந்தைக் கொடுக்கக் கூடாது?

இந்த மருந்தை, கர்ப்பிணிகள், பாலூட்டும் தாய்மார்கள், கல்லீரல் / சிறுநீரகப் பாதிப்பு உள்ளவர்களுக்குக் கொடுக்கக் கூடாது.

பின் விளைவுகள்

இந்த மருந்தால், தலைவலி, கிறுகிறுப்பு, மலச்சிக்கல், குமட்டல், வாந்தி, வயிற்று வலி, தசை வலி, உறக்கமின்மை, தோல் பாதிப்புகள் போன்ற பல்வேறு பாதிப்புகளும் ஏற்படும்.

கவனம்

இந்த மருந்தை மது அருந்துபவர்களுக்கும், ரத்த அழுத்தம் குறைவாக உள்ளவர்களுக்கும், வலிப்பு நோய் உள்ளவர் களுக்கும் மிகவும் கவனமாகக் கொடுக்க வேண்டும்.

4. எஸிடிமிபீ(EZETIMIBE)

இது, கொலஸ்ட்ராலை ரத்தத்தில் குறைக்கப் பயன்படும் ஒரு முக்கியமான மருந்து. இந்த மருந்து தனியாகவோ, கொலஸ்ட்ராலைக் குறைக்கும் பிற மருந்துகளோடு சேர்ந்தோ தயாரிக்கப்படுகிறது.

எவ்வாறு செயல்படுகிறது?

இந்த மருந்து, நாம் சாப்பிடும் உணவில் உள்ள கொழுப்புச் சத்துகள் ஜீரணமடைந்து, சிறுகுடலை அடையும்போது, அங்கு அவை உட்கிரகிக்கப்படாமல் தடுக்க உதவுகிறது.

இதன் மூலம், ரத்தத்தில் கொலஸ்ட்ராலின் அளவு அதிகரிப்பது தடுக்கப்படும். மேலும், கல்லீரலில் சேர்த்து வைக்கப்பட்ட கொலஸ்ட்ராலும் உடலால் பயன்படுத்தப்படும்.

பயன்கள்

இந்த மருந்து, பரம்பரைக் காரணங்களால் ரத்தத்தில் கொலஸ்ட்ரால் அதிகரிப்பதையும், சாப்பிடுவதன் மூலமாக ரத்தத்தில் அதிகரிக்கும் கொலஸ்ட்ராலையும் கட்டுப்படுத்த பெரிதும் பயன்படுகிறது.

எவ்வாறு பயன்படுத்த வேண்டும்?

இந்த மருந்தை மருத்துவரின் ஆலோசனைப்படி மேற்கூறிய பாதிப்புகளுக்கு உரிய அளவில் பயன்படுத்த வேண்டும்.

யாருக்குப் பயன்படுத்தக் கூடாது?

இந்த மருந்தை, ஒவ்வாமை உள்ளவர்களுக்கும், பாலூட்டும் தாய்மார்களுக்கும், பத்து வயதுக்கு உள்பட்ட சிறுவர் களுக்கும் பயன்படுத்தக் கூடாது.

பின் விளைவுகள்

இந்த மருந்தால் வயிற்றுத் தொந்தரவுகள், தலைவலி, வயிற்றோட்டம், நெஞ்சு வலி, அசதி போன்ற பல்வேறு பாதிப்புகளும் ஏற்படும்.

கவனம்

இந்த மருந்தை கல்லீரல் / சிறுநீரகப் பாதிப்பு உள்ளவர் களுக்கு மிகவும் கவனமாகப் பயன்படுத்த வேண்டும்.

5. லோவாஸ்டாட்டன் (LOVASTATIN)

இதுவும் அடோர்வாஸ்டேட்டின் போன்றே செயல்படக் கூடிய ரத்தத்தில் கொலஸ்ட்ராலைக் குறைக்கக்கூடிய மருந்தாகும்.

எவ்வாறு செயல்படுகிறது?

கொலஸ்ட்ராலை உற்பத்தி செய்யும் ஒரு முக்கிய நொதியின் (HMG - CO - A REDUCTASE) செயல்பாட்டைத் தடுத்து

நிறுத்துவதன் மூலம், ரத்தத்தில் கொலஸ்ட்ராலின் அளவைக் குறைக்கிறது.

பயன்கள்

இந்த மருந்து, பல்வேறு காரணங்களால் ரத்தத்தில் அதிகரிக்கும் கொலஸ்ட்ராலைக் கட்டுப்படுத்த உதவுகிறது.

எவ்வாறு பயன்படுத்த வேண்டும்?

இந்த மருந்தை மருத்துவரின் ஆலோசனையைப் பெற்று உரிய அளவில் பயன்படுத்த வேண்டும். தினமும் சுமார் 10 மி.கி. முதல் 80 மி.கி. வரை பல வாரங்கள் பயன்படுத்த வேண்டும். அப்போதுதான் பலன் கிடைக்கும்.

யாருக்குப் பயன்படுத்தக் கூடாது?

ஒவ்வாமை உள்ளவர்களுக்கும், கர்ப்பிணிகளுக்கும், பாலூட்டும் தாய்மார்களுக்கும், கல்லீரல் பாதிப்பு உள்ளவர் களுக்கும் பயன்படுத்தக் கூடாது.

பின் விளைவுகள்

இந்த மருந்தால், வயிற்றுத் தொந்தரவுகள், தசை வலி, தலை வலி, தோல் பாதிப்புகள், ஒவ்வாமை போன்ற பல்வேறு தொந்தரவுகளும் ஏற்படும்.

கவனம்

சிறுநீரகப் பாதிப்பு உள்ளவர்களுக்கும், மது அருந்துபவர் களுக்கும் மிகவும் கவனமாகப் பயன்படுத்த வேண்டும்.

6. புரோவாஸ்டேட்டின் (PRAVASTATIN)

இந்த மருந்தும், கொலஸ்ட்ராலைக் குறைக்கப் பயன் படுகிறது.

எவ்வாறு செயல்படுகிறது?

இந்த மருந்தும், அடோர்வாஸ்டேட்டின் மருந்தைப் போலவே, கொலஸ்ட்ரால் உற்பத்திக்கு அவசியமான நொதியின் செயல்பாட்டைத் தடுத்து நிறுத்திவிடும். மேலும், கெட்ட கொலஸ்ட்ராலின் அளவையும் குறைக்கிறது.

கல்லீரலில் கெட்ட கொலஸ்ட்ராலுக்கான ஏற்பிகளின் எண்ணிக்கையை அதிகரிப்பதன் மூலம், ரத்தத்தில் கொலஸ்ட்ரால் குறையக் காரணமாக இருக்கிறது.

எதற்குப் பயன்படுத்த வேண்டும்?

பரம்பரை மற்றும் சாப்பிடுவதால் அதிகரிக்கும் கொலஸ்ட் ராலின் அளவைக் குறைக்கப் பயன்படுத்தலாம்.

எவ்வாறு பயன்படுத்த வேண்டும்?

மருத்துவரின் ஆலோசனையைப் பெற்று, தினமும் 10 மி.கி. முதல் 40 மி.கி. வரை இந்த மருந்தைப் பயன்படுத்தலாம்.

யாருக்குப் பயன்படுத்தக் கூடாது?

ஒவ்வாமை உள்ளவர்களுக்கும், கர்ப்பிணிகளுக்கும், பாலூட்டும் தாய்மார்களுக்கும், எட்டு வயதுக்கு உள்பட்ட சிறுவர்களுக்கும் இந்த மருந்தைப் பயன்படுத்தக் கூடாது.

பின் விளைவுகள்

தலைவலி, தோல் பாதிப்புகள், கல்லீரல் பாதிப்புகள், தசை பாதிப்புகள் போன்ற பல்வேறு பாதிப்புகள் ஏற்படும்.

கவனம்

பல்வேறு தசைப் பாதிப்பு நோய் உள்ளவர்களுக்கும், சிறுநீரகப் பாதிப்பு உள்ளவர்களுக்கும், மிகவும் கவனமாகப் பயன்படுத்த வேண்டும்.

7. ஃபெனோஃபைப்ரேட் (FENOFIBRATE)

இந்த மருந்து, கொலஸ்ட்ராலின் சில வகைகளைக் குறைப் பதற்கு இன்று பெருமளவு பயன்பட்டு வருகிறது.

எவ்வாறு செயல்படுகிறது?

இந்த மருந்து, 'லைப்போ புரோட்டின் லைப்பேஸ்' (Lipoprotein Lipase) என்ற நொதியின் செயல்பாட்டை அதிகரிக்கச் செய்கிறது. இதன்மூலம், விஎல்டிஎல் என்ற கொலஸ்ட்ராலின் சிதைவுக்குக் காரணமாக இருக்கிறது. இதன்காரணமாக, டிரைகிளிசரைடு என்ற, உடலுக்கு தீங்கு

விளைவிக்கும் கொலஸ்ட்ராலை ரத்தத்தில் குறைத்து, உடலுக்கு நன்மை செய்யும் கொலஸ்ட்ராலின் அளவை அதிகரிக்கச் செய்கிறது.

பரம்பரைக் காரணங்களாலும், அதிக அளவு கொழுப்பு மற்றும் கார்போஹைட்ரேட் உணவுகளாலும் ரத்தத்தில் அதிகரிக்கும் டிரைகிளிசரைடு கொலஸ்ட்ராலின் அளவைக் குறைக்க ஒரு முக்கிய மருந்தாக இது பயன்பட்டு வருகிறது.

பயன்கள்

ரத்தத்தில் அதிகரிக்கும் டிரைகிளிசரைடு கொலஸ்ட்ராலைக் குறைக்கப் பயன்படுகிறது. பிற மருந்துகளோடு சேர்ந்து, பிற கொலஸ்ட்ராலையும் குறைக்கப் பயன்படுகிறது.

யாருக்கு கொடுக்கக் கூடாது?

ஒவ்வாமை உள்ளவர்களுக்கும், கல்லீரல் / சிறுநீரகப் பாதிப்பு உள்ளவர்களுக்கும் கர்ப்பிணிகளுக்கும், பாலூட்டும் தாய்மார் களுக்கும் பயன்படுத்தக் கூடாது. இந்த மருந்தால், தலைவலி, தோல், தசை பாதிப்புகள், வயிற்றுத் தொந்தரவுகள் போன்ற பாதிப்புகள் ஏற்படலாம்.

8. நிக்கோட்டினிக் அமிலம் (NICOTINIC ACID)

இது உடலுக்குத் தேவைப்படும் ஒரு முக்கியமான வைட்டமின்-பி காம்ப்ளக்ஸ் வகையைச் சேர்ந்த மருந்தாகும்.

எவ்வாறு செயல்படுகிறது?

இந்த மருந்தில் இருந்து உருவாகும், 'நிகோட்டினமைட்' பல்வேறு நொதிகளின் செயல்பாடுகளுக்கும் உறுதுணையாக இருக்கிறது. இதன் செயல்பாட்டினால், ரத்தத்தில் உடலுக்கு நன்மை செய்யும் நல்ல கொலஸ்ட்ராலின் அளவு அதிகரிக்கும். அதே நேரம், கெட்ட கொலஸ்ட்ராலின் அளவும் குறையும்.

பயன்கள்

இந்த மருந்து, ரத்தத்தில் கொலஸ்ட்ராலைக் குறைக்க பயன்படுகிறது. குறிப்பாக, நல்ல கொலஸ்ட்ராலை அதிகரிக்கவும், கெட்ட கொலஸ்ட்ராலைக் குறைக்கவும் பயன்படுகிறது.

எவ்வாறு பயன்படுத்த வேண்டும்?

இந்த மருந்தை தினமும் பலமுறை பயன்படுத்த வேண்டியது வரும்; தொடர்ந்து பல வாரங்கள் பயன்படுத்த வேண்டும். மருத்துவரின் ஆலோசனையைப் பெற்று உரிய அளவில் இந்த மருந்தைப் பயன்படுத்த வேண்டும்.

யாருக்குப் பயன்படுத்தக் கூடாது?

இந்த மருந்தை ஒவ்வாமை உள்ளவர்களுக்கும், கர்ப்பிணி களுக்கும், பாலூட்டும் தாய்மார்களுக்கும் பயன்படுத்தக் கூடாது.

பின் விளைவுகள்

இந்த மருந்தால், வாந்தி, வயிற்றோட்டம், அரிப்பு, தலை வலி போன்ற பல்வேறு பாதிப்புகளும் ஏற்படும்.

கவனம்

குடல் புண்கள் உள்ளவர்களுக்கும், நீரிழிவு நோயாளி களுக்கும், கல்லீரல் பாதிப்பு உள்ளவர்களுக்கும், சிறுவர் களுக்கும் மிகவும் கவனமாகப் பயன்படுத்த வேண்டும்.

9. செரிவாஸ்டேட்டின் (CERIVASTATIN)

கொலஸ்ட்ராலைக் குறைக்கப் பயன்படும் ஒரு புதிய மருந்து இது.

எவ்வாறு செயல்படுகிறது?

இந்த மருந்து, கொலஸ்ட்ரால் உற்பத்திக்குக் காரணமான நொதியின் செயல்பாட்டைத் தடுத்து நிறுத்திவிடும். இதன் காரணமாக, ரத்தத்தில் எல்டிஎல் கொலஸ்ட்ரால், விஎல்டிஎல் கொலஸ்ட்ரால் ஆகியவை குறையும். நல்ல கொலஸ்ட்ரால் அதிகரிக்கும்.

எவ்வாறு பயன்படுத்த வேண்டும்?

பல்வேறு பரம்பரைக் காரணங்களால் ஏற்படும் கொலஸ்ட்ரால் பாதிப்புகளுக்கு (ரத்தத்தில் கொலஸ்ட்ரால் மிகுதல்) மருத்துவரின் ஆலோசனையைப் பெற்று

பயன்படுத்த வேண்டும்; தொடர்ந்து பல வாரங்கள் பயன்படுத்த வேண்டும்.

யாருக்குப் பயன்படுத்தக் கூடாது?

இந்த மருந்தை, ஒவ்வாமை உள்ளவர்களுக்கும், கல்லீரல் பாதிப்பு உள்ளவர்களுக்கும், கர்ப்பிணிகளுக்கும் பயன் படுத்தக் கூடாது.

பின் விளைவுகள்

குடல் தொந்தரவுகள், தலைவலி, தோல் பாதிப்புகள், உறக்கமின்மை போன்ற பல்வேறு பாதிப்புகளும் ஏற்படும்.

கவனம்

கல்லீரல் / சிறுநீரகப் பாதிப்பு உள்ளவர்களுக்கு இந்த மருந்தை கவனமாகப் பயன்படுத்த வேண்டும்.

10. பிஸாஃபைப்ரேட் (BEZAFIBRATE)

கொலஸ்ட்ராலைக் குறைக்கப் பயன்படும் ஒரு முக்கியமான மருந்து இது.

எவ்வாறு செயல்படுகிறது?

கொலஸ்ட்ரால் உருவாகக் காரணமாக உள்ள ஒரு நொதியை செயல்படாமல் தடுக்கிறது. இதன்மூலம், ரத்தத்தில் விஎல்டிஎல் கொலஸ்ட்ராலைக் குறைக்கிறது. அதோடு, 'லைப்போ புரோட்டின் லைப்பேஸ்' (LIPOPROTEIN LIPASE) நொதியின் செயல்பாட்டை அதிகரிக்கச் செய்து அதன்மூலம், ரத்தத்தில் பிற கொலஸ்ட்ரால் வகைகளையும் குறைக்கிறது.

பயன்கள்

இந்த மருந்து பல்வேறு காரணங்களால் ரத்தத்தில் அதிகரிக்கும் கொலஸ்ட்ராலைக் குறைக்கப் பயன்படுகிறது.

எவ்வாறு பயன்படுத்த வேண்டும்?

இந்த மருந்தை மருத்துவரின் ஆலோசனையைப் பெற்று உரிய அளவில் பயன்படுத்த வேண்டும்.

யாருக்குப் பயன்படுத்தக் கூடாது?

இந்த மருந்தை, கல்லீரல் பாதிப்பு உள்ளவர்களுக்கும் (Cirrhosis) பித்தக் கற்கள் உள்ளவர்களுக்கும், கர்ப்பிணிகளுக் கும், பாலூட்டும் தாய்மார்களுக்கும் பயன்படுத்தக் கூடாது.

பின் விளைவுகள்

இந்த மருந்தால், தோல் பாதிப்பு, முடி உதிர்தல், உடல் அரிப்பு, வயிற்றுத் தொந்தரவுகள் ஆகிய பாதிப்புகள் ஏற்படும்.

கவனம்

இந்த மருந்தை, சிறுவர்களுக்கும், சிறுநீரகப் பாதிப்பு உள்ளவர் களுக்கும் மிகவும் கவனமாகப் பயன்படுத்த வேண்டும்.

11. போலிகோசனால் (Policosanol)

இந்த மருந்து, 5 மி.கி., 10 மி.கி., 20 மி.கி. அளவுகளில் தயாரிக்கப்படுகிறது.

பயன்கள்

கொலஸ்ட்ராலைக் குறைக்கும் பிற மருந்துகளோடு சேர்ந்தோ அல்லது தனியாகவோ கொலஸ்ட்ரால் நோய் களைக் கட்டுப்படுத்த உதவுகிறது.

எவ்வாறு பயன்படுத்த வேண்டும்?

இந்த மருந்துகளை மருத்துவரின் ஆலோசனை பெற்று உரிய அளவில் பயன்படுத்த வேண்டும்.

12. ஜெம்ஃபைப்ரோஸில் (GEMFIBROZIL)

இந்த மருந்து, கொலஸ்ட்ராலைக் குறைக்கப் பயன்படுகிறது.

எவ்வாறு செயல்படுகிறது?

இது, கல்லீரலில் இருந்து விஎல்டிஎல் வகை கொலஸ்ட்ரால் வெளியேறுவதைத் தடுத்து நிறுத்துகிறது. மேலும், கல்லீரலில் வினை புரிந்து, கொழுப்புப் பொருள்களின் சிதைவைத் தடுத்து, அவற்றின் அளவு ரத்தத்தில் மிகாமல் பாதுகாக்கிறது.

பயன்கள்

பரம்பரைக் காரணங்களால் ரத்தத்தில் மிகுதியாகும் கொலஸ்ட்ராலைக் கட்டுப்படுத்த உதவுகிறது. குறிப்பாக, ரத்தத்தில் டிரைகிளிசரைடு வகை கொலஸ்ட்ராலைக் குறைக்க பயன்படுகிறது.

எவ்வாறு பயன்படுத்த வேண்டும்?

மருத்துவரின் ஆலோசனை பெற்று உரிய அளவில் பயன்படுத்த வேண்டும். தினமும் இரண்டு வேளை, பல வாரங்கள் பயன்படுத்த வேண்டிவரும். இந்த மருந்தை உணவு உண்பதற்கு முன்பாகப் பயன்படுத்த வேண்டும்.

யாருக்குப் பயன்படுத்தக் கூடாது?

இந்த மருந்துக்கான ஒவ்வாமை உள்ளவர்களுக்கும், கல்லீரல் / சிறுநீரகப் பாதிப்பு உள்ளவர்களுக்கும், பித்தக் கற்கள் உள்ளவர்களுக்கும் கர்ப்பிணிகளுக்கும், பாலூட்டும் தாய்மார்களுக்கும் பயன்படுத்தக் கூடாது.

பின் விளைவுகள்

இந்த மருந்தால், தசைப் பாதிப்புகள், தலைவலி, தோல் அரிப்பு, தலை கிறுகிறுப்பு போன்ற பல்வேறு பாதிப்புகளும் ஏற்படும்.

கவனம்

இந்த மருந்தை, சிறுநீரகப் பாதிப்புகள், ரத்தப் பாதிப்புகள் உள்ளோருக்கு மிகவும் கவனமாகப் பயன்படுத்த வேண்டும்.

13. பிற மருந்துகள்

ரத்தத்தில் கொலஸ்ட்ராலைக் குறைக்க பல்வேறு ஆங்கில மருந்துகள் பயன்படுவதுபோல், சில மூலிகை மருந்துகளும் பயன்படுத்தப்படுகின்றன. இந்த மருந்துகளில், பல்வேறு தாவரங்கள் (மூலிகைகள்) அடங்கி இருக்கும். இதில் உள்ள மூலகங்கள் என்னென்ன? அவை எப்படிச் செயல்படு கின்றன? இவை எந்த வகைக் கொலஸ்ட்ராலை எப்படிக் குறைக்கின்றன போன்ற விளக்கங்கள் இல்லை.

14

சில சந்தேகங்களும் விளக்கங்களும்

<u>ஊட</u>கங்களில் வரும் சில செய்திகளின் காரண மாகவும், சில தவறான விளம்பரங்களின் காரண மாகவும் கொலஸ்ட்ரால் பற்றி பல தவறான கருத்துகள் மக்கள் மத்தியில் நிலவி வருகின்றன. அத்தகைய கருத்துகளையும், அவற்றுக்கான சரியான விளக்கத்தையும் இந்த அத்தியாயத்தில் பார்க்கலாம்.

எல்லா கொலஸ்ட்ராலுமே மோசமானதுதான்; தீங்கு விளைவிப்பதுதான்.

இதில் உண்மை இல்லை. ஹெச்டிஎல் கொலஸ்ட் ரால் என்பது மோசமான கொலஸ்ட்ரால் வகையை ரத்தத்தில் இருந்து கல்லீரலுக்குக் கொண்டு சென்று அதன் அளவைக் குறைப்பதால், இதயத்துக்கும், உடலுக்கும் நல்லது செய்கிறது. எனவே, இது நல்ல கொலஸ்ட்ரால் என்று அழைக்கப்படுகிறது. இதன் அளவு அதிகரிக்க அதிகரிக்க உடலுக்கு நல்லதுதான். எனவே, எல்லா கொலஸ்ட்ராலும் உடலில் தீங்கு விளைவிக்கும் என்று நினைப்பது தவறானது.

எனக்கு எந்தவிதத் தொந்தரவும் இல்லை. எனக்குக் கொலஸ்ட்ரால் நோய் இருக்காது.

இப்படி நினைப்பது தவறு. கொலஸ்ட்ரால் அதிகமாக இருப்பவர்கள் அனைவருக்குமே நோய் அறிகுறிகள் தோன்றுவதில்லை. பெரும்பாலும் பரம்பரைக் காரணங்க ளால், ரத்தத்தில் கொலஸ்ட்ரால் மிகுந்தவர்களுக்குத்தான் சில அறிகுறிகள் தெரியும். அதிலும்கூட சிலருக்கு எதுவும் தெரியாமல் இருக்க வாய்ப்பு உண்டு. இதன் முதல் அறிகுறியே மாரடைப்பாக இருக்கலாம். எனவே, நோய் அறிகுறிக்காகக் காத்திருக்காமல் பரிசோதனை செய்து கொள்வது நல்லது.

மருந்துகளால் மட்டுமே கொலஸ்ட்ராலைக் குறைக்க முடியும்.

இது தவறான கருத்து. மிகவும் அதிகமாகக் காணப்படும் கொலஸ்ட்ராலை உடனடியாகக் குறைக்க மருந்துகள் உதவும். ஆனால், தொடர்ந்து ரத்தக் கொலஸ்ட்ராலைக் கட்டுப்பாட்டில் வைத்திருக்க மருந்துகள் மட்டும் போதாது. உணவுக் கட்டுப்பாடும், உடற்பயிற்சியும் அவசியம். இவற்றை ஓரிரு நாள்கள் மட்டும் கடைப்பிடிக்காமல் தொடர்ந்தும் செய்து வர வேண்டும்.

அதிகக் கொலஸ்ட்ரால் நீரிழிவை ஏற்படுத்துமா?

ஆமாம். உடலுக்கு தீங்கு விளைவிக்கக்கூடிய கெட்ட கொலஸ்ட்ரால்கள் ரத்தத்தில் அதிகமானால், அதன் காரணமாக அவர்களுக்கு, உடல் பருமனும், நீரிழிவு நோயும் வர வாய்ப்புகள் அதிகம். அது மட்டுமல்ல, நீரிழிவு நோயாளி களுக்கு, ரத்தக் கொலஸ்ட்ரால் அதிகரிக்கும் வாய்ப்பு உண்டு. இது ரத்த அழுத்த நோய்க்கும் பொருந்தும். ரத்த அழுத்தம் இருந்தால், கொலஸ்ட்ரால் அதிகரிக்கும்; கொலஸ்ட்ரால் அதிகரிப்பதால், ரத்த அழுத்தம் உயரவும் வாய்ப்பு உள்ளது.

ஒரு கொலஸ்ட்ரால் பரிசோதனையை (Total Cholesterol) **மட்டும் வைத்து இதய நோய் / மாரடைப்பு வரும் / வராது எனக் கண்டுபிடிக்க முடியுமா?**

முடியாது. ஒரு கொலஸ்ட்ரால் பரிசோதனை மட்டும் போதாது. அது சாதாரண அளவு இருந்தால்கூட ஒருவருக்கு

மாரடைப்பு ஏற்படலாம். ஏனென்றால், அவருக்குக் கெட்ட கொலஸ்ட்ரால் அதிமாகவோ, ஹெச்டிஎல் கொலஸ்ட்ரால் குறைவாகவோ இருந்து நோய் ஏற்பட வாய்ப்பு உள்ளது.

மது அருந்தினால், அது மாரடைப்பைத் தடுக்குமா?

இதில் ஓரளவு உண்மை உள்ளது. சிவப்பு ஒயின், ரத்தத்தில் நல்ல கொலஸ்ட்ராலை அதிகரித்து நன்மை செய்கிறது. மதுபானங்கள், ரத்தத்தில் நல்ல கொலஸ்ட்ராலை ஓரளவு அதிகரிப்பதால் மாரடைப்பைத் தள்ளிப்போடலாம். ஆனால், நீரிழிவு நோய், உடல் பருமன் உள்ளவர்கள் மதுபானங்களை அதிகமாகப் பருகுவதன் மூலம், ரத்தச் சர்க்கரையின் அளவு கட்டுப்பாடு இல்லாமல் போகும். ரத்தத்தில் டிரைகிளிசரைடு கொலஸ்ட்ராலும் அதிகரிக்கும்.

புகைப் பிடிப்பதால் கொலஸ்ட்ரால் அதிகரிக்குமா?

கண்டிப்பாக. புகைப் பிடிப்பதால் பல்வேறு உடல் பாதிப்புகள் ஏற்படும். அதில் முக்கியமானது, ரத்தத்தில் கொலஸ்ட்ரால் அதிகரிப்பது. அத்துடன், புகைப் பிடிப்ப தால், ரத்த நாளங்கள் சுருங்கி, எளிதில் மாரடைப்பும் ஏற்பட்டு விடும்.

கொலஸ்ட்ரால் பரிசோதனையை 50 வயதுக்குப் பிறகு செய்தால் போதுமா?

கூடாது. அதற்கு முன்னரே செய்ய வேண்டும். இன்றைய நவீன உலகத்தில் பரம்பரைக் காரணம் என்றால், அதை அறிய குழந்தைகளுக்கு 2 வயதில்கூட இந்தப் பரிசோதனையைச் செய்ய வேண்டும். மற்றவர்களுக்கு, விடலைப் பருவம் அல்லது இளம்பருவத்தில் (20 வயதில்) செய்துகொள்ளலாம். வயதான அனைவருக்கும் உடனே செய்தாக வேண்டும்.

கொலஸ்ட்ராலை அதிகரிக்கும் நோய்கள் அனைத்துக்கான பரிசோதனைகளின்போது இந்தப் பரிசோதனையையும் உடன் செய்தாக வேண்டும். ஆரோக்கியமான மனிதன்கூட 5 ஆண்டுகளுக்கு ஒருமுறை கொலஸ்ட்ரால் பரிசோதனை செய்துகொள்ளலாம்.

குண்டாக இருப்பவர்களுக்கு மட்டும்தான் கொலஸ்ட்ரால் இருக்குமா?

கொலஸ்ட்ரால் ரத்தத்தில் அதிகமாக இருப்பவர்கள் பெரும்பாலும் குண்டாகத்தான் இருப்பார்கள் என்று பலரும் நினைப்பது உண்டு. ஆனால், இதில் உண்மை இல்லை. ஒல்லியாகவோ, நடுத்தரமாகவோ இருந்தால்கூட அவர்களுக்கு ரத்தத்தில் கொலஸ்ட்ரால் அதிகமாக இருக்க வாய்ப்புகள் உண்டு. அதிலும், பரம்பரைக் காரணங்களால் ரத்தத்தில் கொலஸ்ட்ரால் மிகுதியாக இருப்பவர்களுக்கு, உடல் எடை குறைவாகக்கூட இருக்கும்.

குண்டாக இருக்கும் சிலருடைய ரத்தத்தில் கொலஸ்ட்ரால் குறைவாக இருக்கலாம். எனவே, ரத்தப் பரிசோதனை மூலமாகவே இதை உறுதிப்படுத்த முடியும்.

15

தேவை விழிப்புணர்வு

செய்ய வேண்டும் ஒரு முழு கொலஸ்ட்ரால் பரிசோதனை

கொலஸ்ட்ரால் 'நோய்' நமது நாட்டில் பலருக்கும் ஏற்பட வாய்ப்புகள் அதிகம். பரம்பரைக் காரணங்கள் மட்டுமல்ல, நமது உணவு விஷயங்கள் மற்றும் அதிகமாகக் காணப்படும் நீரிழிவு நோய் ஆகியவையும் இதற்கு முக்கியக் காரணமாக இருப்பதால் நமது மக்கள் ஒவ்வொருவரும் ரத்தப் பரிசோதனை மூலம் கொலஸ்ட்ராலின் அளவு களைத் தெரிந்துகொள்ள வேண்டும்.

நீங்களாகவே செல்லாமல், மருத்துவரின் ஆலோசனையைப் பெற்று, பிறகு இந்தப் பரிசோதனையைச் செய்துகொள்வது நல்லது. ஏனென்றால் பலரும் 'மொத்த கொலஸ்ட்ரால்' என்ற ஒரு பரிசோதனையை மட்டும் செய்து கொள்கிறார்கள். கொலஸ்ட்ராலில் பல வகைகள் இருப்பதால், அவை அனைத்தையும் செய்து கொண்டால்தான் நோயைக் குறித்து முழுமையாகப் புரிந்துகொள்ள முடியும். மேலும், அதற்கேற்ப சிகிச்சைகளையும் செய்ய முடியும்.

எப்போது செய்ய வேண்டும்?

எந்த வயதில் கொலஸ்ட்ரால் பரிசோதனை செய்ய வேண்டும் என்ற கேள்வி உங்கள் மனத்தில் ஏற்படுவது இயல்பு. பலரும் வயதான காலத்தில்தான் செய்ய வேண்டும் என்று நினைத்துக் கொண்டிருக்கிறார்கள். இது தவறு.

ஏனென்றால், பரம்பரைக் காரணங்களால் சிறு வயதிலேயே ரத்தத்தில் கொலஸ்ட்ரால் அதிகரிக்கத் தொடங்கிவிடும். எனவே, பரம்பரையாகவே கொலஸ்ட்ரால் நோய் உள்ளவர் களும், அவர்களது குடும்பத்தில் இளம் வயதிலேயே மாரடைப் பால் பாதிக்கப்பட்டவர்களும், தங்கள் குழந்தைகளுக்கு, சிறு வயதிலேயே கொலஸ்ட்ரால் பரிசோதனையைச் செய்து கொள்ளலாம். ஏனென்றால், இந்த நோயானது மரபணு காரணமாகவோ / நொதிகளின் குறைபாடு காரணமாகவோ ஏற்படுவதால் அவற்றைச் சாதாரண ஆய்வுக்கூடத்தில் பரிசோதனை செய்து தெரிந்துகொள்வது அவ்வளவு எளிதான காரியமல்ல.

பிறந்தபோது குறைவாக இருக்கும் கொலஸ்ட்ரால், ஒரு வயதாகும்போது அதிகரித்து, பிறகு தொடர்ந்து விடலைப் பருவத்தை அடையும்வரை அதே அளவில் இருக்கும். எனவே, குழந்தைகளுக்கு 2 வயதில் ஒருமுறை கொலஸ்ட் ரால் பரிசோதனை செய்துகொண்டாலே, அவர்களுக்குப் பிற்காலத்தில் கொலஸ்ட்ரால் அதிகமாவதற்கான வாய்ப்பு களை அறிந்துகொள்ள முடியும். பரம்பரைக் காரணங்கள் / இதய நோய்கள் இல்லாதவர்கள் தங்கள் பிள்ளைகளுக்கு விடலைப் பருவத்திலேயே, ஒருமுறை இந்தப் பரிசோதனையைச் செய்துகொள்ளலாம்.

இந்தப் பரிசோதனையை ஏற்கெனவே செய்துகொள்ளாத ஒரு பருவமடைந்த ஆணும், பெண்ணும் எந்த வயதாக இருந்தாலும் இந்தப் பரிசோதனையைச் செய்துகொள்ள வேண்டும்.

கொலஸ்ட்ரால் மிகுந்திருந்தால் என்ன செய்வது?

சரி, கொலஸ்ட்ரால் பரிசோதனை செய்தாகிவிட்டது. அதன் அளவும் அதிகமாக இருக்கிறது. அடுத்து என்ன செய்வது?

பரிசோதனை செய்த மருத்துவரிடமே சென்று ஆலோசனை பெற வேண்டும்.

பரம்பரைக் கொலஸ்ட்ரால் நோயைக் கண்டுபிடியுங்கள்

இவர்களுக்குப் பரம்பரைக் காரணங்களால் கொலஸ்ட்ரால் மிகுந்துள்ளது என்றால், கொலஸ்ட்ரால் அளவுகள் சாதாரண அளவைவிட பல மடங்குகள் உயர்ந்திருக்கும். நோய் அறிகுறிகளும், பிற பாதிப்புகளும் ஏற்படும். எனவே, இவர்கள் மருத்துவரின் ஆலோசனையைப் பெற்று பரம்பரைக் காரணங்கள், மரபணுக் கோளாறுகள் உள்ளதா என்பதை அறிய வேறு பல பரிசோதனைகள் செய்ய வேண்டும். இதனால், இவர்களது வாரிசுகளும், அவர்களது வாரிசுகளும், இதே பாதிப்பு ஏற்படாமல் சில முன்னெச்சரிக்கையான நடவடிக்கை களிலும், தடுப்பு முறைகளிலும் கவனத்தைச் செலுத்த முடியும். அடுத்து, இவர்களது அதிகமான கொலஸ்ட்ராலைக் குறைக்க, உடற்பயிற்சிகள், கொலஸ்ட்ரால் அதிகம் உள்ள உணவுகளைத் தவிர்ப்பது, மருந்துகளை மருத்துவரின் ஆலோசனைப்படி உட்கொள்வது ஆகிய சிகிச்சைகள் மேற்கொண்டு பயன் பெறலாம்.

கொலஸ்ட்ராலை அதிகரிக்கும் பிற நோய்களைக் கண்டு பிடியுங்கள்

சிறுநீரக நோய்கள், நாளமில்லாச் சுரப்பி நோய்கள், தைராய்டு நோய்கள் என பல நோய்களின் காரணமாகவும் கொலஸ்ட் ரால் அளவுஅதிகரிக்கக்கூடும். எனவே, நோயாளிக்கு இது போன்று ஏதாவது நோய் இருக்கிறதா? என்று கண்டுபிடிக்க வேண்டும். குறிப்பாக, நீரிழிவு நோய், ரத்த அழுத்த நோய் இருக்கிறதா எனப் பார்க்க வேண்டும்.

நீரிழிவு, ரத்த நோயாளிகளுக்குப் பரிசோதனையின் அவசியம்

ஏற்கெனவே, ஒருவர் நீரிழிவு நோயாளியாகவோ, ரத்த அழுத்த நோயாளியாகவோ இருந்தால் அவருக்குக் கண்டிப் பாக ரத்தத்தில் கொலஸ்ட்ரால் அளவுகளைக் கண்டுபிடிக்க வேண்டும். மேற்கூறிய நோய்களில் ஏதாவது ஒன்று இருந் தால், அதற்கு முறையாக சிகிச்சை செய்ய வேண்டும். குறிப்பாக, நீரிழிவு, ரத்த அழுத்தம் போன்ற நோய்களைச் சிகிச்சை மூலம் ரத்தக் கொலஸ்ட்ராலைக் கட்டுப்படுத்த

முடியும். அதேபோல், கொலஸ்ட்ராலைக் குறைக்கவும் சிகிச்சை மேற்கொள்ள வேண்டும்.

புகைப் பிடித்தலை நிறுத்த வேண்டும்

புகைப் பிடிப்பவராக இருந்தால், புகைப் பிடிப்பதைத் தவிர்க்க வேண்டும். புகை, கொலஸ்ட்ராலை அதிகரித்து உடலைப் பாதிக்கச் செய்யும்.

தினமும் உடற்பயிற்சி அவசியம்

கொலஸ்ட்ரால் நோய் பாதிப்பு உள்ளவர்கள் தினமும் ஏதாவது உடற்பயிற்சியை மேற்கொள்ள வேண்டும்; தொடர வேண்டும். தினமும் அரை மணி நேரம் நடைப்பயிற்சி செய்தால்கூட போதுமானது.

உணவு குறித்த விழிப்புணர்வு

இவர்கள் உணவு விஷயத்தில் மிகவும் எச்சரிக்கையாக இருக்க வேண்டும். கொழுப்பு நிறைந்த உணவுகளைத் தவிர்க்க வேண்டும். 'Junk Food'-களைத் தவிர்க்க வேண்டும். 'டின்' உணவுகளைத் தவிர்க்க வேண்டும். அவை அதிக கலோரி தருபவை. அதிகக் கொலஸ்ட்ரால் (டிரான்ஸ் வகை கொழுப்பு - Trans Fat) நிறைந்தவை. நார்ச் சத்து குறைந்தவை, உப்பு மிகுந்தவை, வைட்டமின்களும் தாது உப்புகளும் குறைந்தவை. எனவே இது குறித்து விழிப்புணர்வு தேவை.

உடல் எடையைக் குறைக்க வேண்டும்

உடல் எடை அதிகமாக இருப்பவர்கள், பருமனாக உள்ள வர்கள், தொந்தி உள்ளவர்கள் இவற்றைக் குறைக்க வேண்டும்.

காய்கறி, பழங்களை அதிகரிக்க வேண்டும்

உணவில் அதிக அளவு காய்கறிகள், கீரைகள், தானியங்கள், பழங்களைச் சேர்த்துக்கொள்ள வேண்டும். நீரிழிவு நோயாளிகள், மருத்துவரின் ஆலோசனைப்படி நீரிழிவுக்கான உணவுகளைச் சாப்பிட்டு ரத்த குளுக்கோஸ் அளவைக் கட்டுப்படுத்தி வைத்திருக்க வேண்டும்.

ரத்த அழுத்த நோயாளிகள் உணவில் உப்பு, கொழுப்பு ஆகியவற்றைக் குறைத்து, உடற்பயிற்சியை முறையாகச்

செய்து, மருந்துகள் மூலமாக ரத்த அழுத்தத்தைக் கட்டுப் பாட்டில் வைத்திருக்க வேண்டும்.

அதிக மதுவைத் தவிர்க்க வேண்டும்

மது அருந்துபவர்கள், மருத்துவரின் ஆலோசனையைப் பெற வேண்டும். அதிக அளவு மது, நரம்பு, மூளை, கல்லீரல், குடல், ஆண்மை ஆகியவற்றைப் பாதிப்பதுடன், ரத்த டிரைகிளிசரைடு கொலஸ்ட்ராலையும் அதிகரிக்கும். உடல் எடையையும் கூட்டும். நீரிழிவையும் அதிகரிக்கும். எனவே, எச்சரிக்கை தேவை.

நார்ச் சத்து மிக்க உணவுகளை அதிகரிக்க வேண்டும்

உணவில் 'நார்ப் பொருள்கள்' மிகுந்த உணவுகளை அதிகமாக உட்கொள்ள வேண்டும். (காய்கறிகள், கீரை வகைகள், தானியங்கள்).

சிறந்த சமையல் எண்ணெய்யைத் தேர்ந்தெடுக்க வேண்டும்

சமைக்கும் எண்ணெய்யில் கவனம் தேவை. MUFA / PUFA, ஓமேகா - 3 கொழுப்பு அமிலங்கள் நிறைந்த எண்ணெய்யைத் தேர்ந்தெடுத்துப் பயன்படுத்த வேண்டும்.

தவிர்க்க வேண்டிய கொழுப்பு உணவுகள்

வெண்ணெய், நெய், டால்டா, கொழுப்பு மிகுந்த பால், இறைச்சி, கல்லீரல், சிறுநீரகம், மூளை, இறால் ஆகிய உணவுகளைத் தவிர்க்க வேண்டும். நல்லெண்ணெய், தேங்காய் எண்ணெய், பாமாயில், Cotton Seed Oil ஆகிய பூரிதமான கொழுப்பு அமிலங்கள் நிறைந்த எண்ணெய்யைத் தவிர்த்துவிட வேண்டும். பேக்கரி உணவுகள், கேக் வகை களையும் தவிர்த்துவிட வேண்டும்.

பயன்படுத்த வேண்டியவை

ஆலிவ் எண்ணெய், Safflower எண்ணெய் (saffola), Flax Seed Oil, Canola Oil ஆகியவற்றைச் சமையலுக்குப் பயன்படுத்த வேண்டும். மேலும், ஓமேகா - 3 நிறைந்த மீன்கள், கொட்டை கள் ஆகியவற்றையும் உணவில் சேர்த்துக்கொள்ள வேண்டும்.

16

உணவுகளும் கொழுப்பின் அளவுகளும்

உணவில் உள்ள கொழுப்பு, கொலஸ்ட்ராலின் அளவுகள், முக்கிய சமையல் எண்ணெய்யில் உள்ள கொழுப்பு அமிலங்களின் அளவுகள் ஆகியவை கீழே கொடுக்கப்பட்டுள்ளன. இந்த அட்டவணை யின் மூலம் எதை அதிகமாகச் சேர்த்துக் கொள்ள லாம், எதைத் தவிர்க்கலாம் என்பதைப் புரிந்து கொள்ள முடியும்.

100 கிராம் உணவில் உள்ள கொழுப்புச் சத்து

உணவு	கொழுப்பின் அளவு
கோழிக்கறி	13.3 கிராம்
கல்லீரல் (ஆடு)	7.5 கிராம்
ஆட்டுக்கறி	13.3 கிராம்
பால்	11 கிராம்
பால் பொடி	88 கிராம்
பதப்படுத்தப்பட்ட பால்	0.1 கிராம்

பதப்படுத்தப்பட்ட பால்பொடி	0.8 கிராம்
மாட்டிறைச்சி	2.6 கிராம்
வாத்து	4.8 கிராம்
பன்றி	4.4 கிராம்
புறா	4.9 கிராம்
கோழி முட்டை	13.3 கிராம்
வாத்து முட்டை	13.7 கிராம்
தயிர்	2.9 கிராம்
வாதாக் கொட்டை	58.9 கிராம்
முந்திரிக் கொட்டை	46.9 கிராம்
தேங்காய்	62 கிராம்
வேர்க்கடலை	40.1 கிராம்
எள்	43.3 கிராம்
கடுகு	39.7 கிராம்
மிளகு	6.8 கிராம்
மஞ்சள்	5.1 கிராம்
தனியா	14.1 கிராம்
மிளகாய் வற்றல்	6.2 கிராம்
ஏலக்காய்	9.2 கிராம்
பெருங்காயம்	4.1 கிராம்

100 கிராம் உணவில் உள்ள கொலஸ்ட்ராலின் அளவு

உணவு	கொலஸ்ட்ரால் அளவு (மி.கி.)
வெண்ணெய்	280
கிரீம்	140
பால்	11
மஞ்சள் கரு	1330
மீன்	50

மூளை	2000
நெய்	310
முட்டை வெண்கரு	0
பாலடைக்கட்டி	100
பன்றி மூளை	3100
மாட்டு மூளை	2670
பன்றி சிறுநீரகம்	410
மாட்டு சிறுநீரகம்	340
பன்றி கல்லீரல்	368
வெள்ளாடு கல்லீரல்	323
வெள்ளாடு கொழுப்பு	113
வெள்ளாடு	70
கோழி	69
மாட்டிறைச்சி	65
காய்கறிகள்	0
பழங்கள்	0
தானியங்கள்	0

சமையல் எண்ணெய்களில் உள்ள கொழுப்புச் சத்தின் அளவு (சதவீதத்தில்)

எண்ணெய் வகைகள்	SATURATED FAT	MUFA	PUFA
வெண்ணெய்	66	30	4
நெய்	65	32	3
தேங்காய் எண்ணெய்	92	6	2
Canola எண்ணெய்	6	62	32
Corn Oil	13	25	62
பருத்திக்கொட்டை எண்ணெய்	24	26	50

Lard	41	47	12
Margarine	80	14	16
ஆலீவ் எண்ணெய்	14	73	11
பாமாயில்	52	38	10
நல்லெண்ணெய்	18	49	33
சோயாபீன் எண்ணெய்	15	24	61
சூரியகாந்தி எண்ணெய்	11	20	69
Safflower எண்ணெய் (saffola)	10	13	77